വിജ്ഞാനവർഷം

പുസ്തകം 125

തത്വശാസ്ത്രപഠനത്തിന്
ഒരു മുഖവുര

thathvasastrapadanathinu
oru mukhavura

•

m v thankam

•

first edition
october 2016

•

typesetting & published
chintha publishers, thiruvananthapuram

•

printed
repro india ltd, mumbai

•

cover
midas

വിതരണം

ദേശാഭിമാനി ബുക്ക് ഹൗസ്
H O തിരുവനന്തപുരം-695 035
Ph: 0471-2303026, 6063020
www.chinthapublishers.com
chinthapublishers@gmail.com

ബ്രാഞ്ചുകൾ

ഹെഡ്ഡാഫീസ് ബ്രാഞ്ച് കുന്നുകുഴി • സ്റ്റാച്യു തിരുവനന്തപുരം • കെ എസ് ആർ ടി സി ബസ് സ്റ്റേഷൻ ആലപ്പുഴ • കെ എസ് ആർ ടി സി ബസ് സ്റ്റേഷൻ എറണാകുളം • മച്ചിങ്ങൽ ലെയ്ൻ തൃശൂർ • ഐ ജി റോഡ് കോഴിക്കോട് • മാവൂർ റോഡ് കോഴിക്കോട് • എൻ ജി ഒ യൂണിയൻ ബിൽഡിങ് കണ്ണൂർ • സെൻട്രൽ ബസ് ടെർമിനൽ കോംപ്ലക്സ് താവക്കര കണ്ണൂർ

CO - VV-125 / 2409 / 3957
ISBN - 978-93-86112-89-7

തത്വശാസ്ത്രപഠനത്തിന്
ഒരു മുഖവുര

എം വി തങ്കം

ചിന്ത പബ്ലിഷേഴ്സ്
തിരുവനന്തപുരം-695 035
വില : ₹ 110

എം വി തങ്കം

1978 ൽ തിരുവനന്തപുരത്ത് ജനനം. തിരുവനന്തപുരം ഗവ. വിമൻസ് കോളേജിൽനിന്ന് തത്വശാസ്ത്രത്തിൽ ബിരുദാനന്തരബിരുദം നേടി. കേരള സർവകലാശാലയിൽനിന്ന് ലൈബ്രറി & ഇൻഫർമേഷൻ സയൻസിൽ ബിരുദാനന്തര ബിരുദം.
ബ്രിട്ടീഷ് കൗൺസിൽ ലൈബ്രറി, ചേർത്തല എസ് എൻ കോളേജ്, ചങ്ങനാശ്ശേരി എൻ എസ് എസ് കോളേജ് എന്നിവിടങ്ങളിൽ കുറച്ചുകാലം ജോലി നോക്കിയിട്ടുണ്ട്.

ഭർത്താവ് : വി സി അശോകൻ
(ആലപ്പുഴ എസ് ഡി കോളേജിൽ പ്രൊഫസർ)
മക്കൾ : എ റ്റി അഭിരാം, എ റ്റി മീനാക്ഷി
(വിദ്യാർഥികൾ)
വിലാസം : ഭദ്ര
ശാസ്താങ്കൽ റോഡ്
പുന്നപ്ര നോർത്ത്
ആലപ്പുഴ

ഉള്ളടക്കം

പ്രസാധകക്കുറിപ്പ്

തത്വശാസ്ത്രരംഗത്തെ യൂറോപ്പ് കേന്ദ്രീകൃതവാദം (Euro-centrism), ഏഷ്യ കേന്ദ്രീകൃതവാദം (Asia-centrism) തുടങ്ങിയ സങ്കുചിത സമീപനങ്ങളെ തള്ളിക്കളഞ്ഞുകൊണ്ട് അനുദിനം വളർന്നുവരുന്ന സാർവലൗകികസമീപനത്തിനുയോജിച്ച രീതിയിൽ, പാശ്ചാത്യമോ പൗരസ്ത്യമോ എന്ന ഭേദമില്ലാതെ, തത്വശാസ്ത്രം പഠിക്കാൻ ഏറെ പ്രയോജനപ്രദമായ ഗ്രന്ഥം. തുടക്കക്കാരായ തത്വശാസ്ത്രവിദ്യാർഥികൾക്കും സാമാന്യവായനക്കാർക്കും ഒരുപോലെ സഹായകരമായ പുസ്തകമാണ് ഇത്. ചിന്തയുടെ വിജ്ഞാനവർഷം പരമ്പരയിലൂടെ ഈ പുസ്തകം പ്രസിദ്ധീകരിക്കുന്നതിൽ ഞങ്ങൾക്ക് സന്തോഷമുണ്ട്.

ചിന്ത പബ്ലിഷേഴ്സ്

മുഖവുരയ്ക്ക് ഒരു മുഖവുര

സാർവലൗകികമായി അനുദിനം വളർന്നുവരുന്ന മനുഷ്യബന്ധങ്ങൾ എല്ലാ വിജ്ഞാനശാഖകളിലും വലിയ മാറ്റങ്ങൾക്കു കാരണമായിട്ടുണ്ട്. ആ മാറ്റങ്ങളിൽ ഒന്ന് സാർവലൗകികസമീപനത്തിനു കൈവന്നിരിക്കുന്ന അനിവാര്യതയാണ്. തത്വശാസ്ത്രരംഗത്തു യൂറോപ്പ് കേന്ദ്രീകൃതവാദം (Euro-centrism), ഏഷ്യ കേന്ദ്രീകൃതവാദം (Asia-centrism) തുടങ്ങിയ സങ്കുചിതസമീപനങ്ങൾ കഴിഞ്ഞ കാലത്തു നിലനിന്നിരുന്നു. ഇന്ന് അവയ്ക്കു പ്രസക്തിയില്ല. അതുകൊണ്ടുതന്നെ പാശ്ചാത്യമോ പൗരസ്ത്യമോ എന്ന ഭേദമില്ലാതെ മൊത്തത്തിൽ വേണം തത്വശാസ്ത്രം പഠിക്കാൻ. അതിനു സഹായകമായ ഒരു മുഖവുര ഒരുക്കാനാണ് ഇവിടെ ശ്രമിച്ചിട്ടുള്ളത്.

തത്വശാസ്ത്രം പഠിക്കാൻ ആഗ്രഹിക്കുന്ന തുടക്കക്കാരായ വിദ്യാർഥികളെയും സാമാന്യവായനക്കാരെയും ഒരുപോലെ ഉദ്ദേശിച്ചു തയ്യാറാക്കിയ പുസ്തകമാണ് ഇത്. ഗ്രന്ഥകാരി തന്നെ തത്വശാസ്ത്രാധ്യാപനരംഗത്തെ ഒരു തുടക്കക്കാരിയാണ്. ആ നിലയ്ക്ക്, ഒട്ടേറെ പരിമിതികൾ എനിക്കുണ്ട്. അവ ഈ പുസ്തകത്തിൽ പ്രതിഫലിച്ചിട്ടുണ്ടാവും. പുസ്തകങ്ങൾ വായിച്ചു സ്വരൂപിച്ച അറിവു പകരാനാണു ശ്രമം, തനതായ സിദ്ധാന്തമെന്തെങ്കിലും അവതരിപ്പിക്കാനല്ല.

ദാർശനികന്മാരിൽ, വിശേഷിച്ച് പ്രാചീന ദാർശനികന്മാരിൽ, പലരുടെയും ജീവിതകാലത്തെക്കുറിച്ച് അഭിപ്രായവ്യത്യാസങ്ങളുണ്ട്. മഹാപണ്ഡിതനായിരുന്ന രാഹുൽ സാംകൃത്യായന്റെ *ദർശൻ ദിഗ്ദർശൻ* എന്ന പുസ്തകത്തെയാണ് അക്കാര്യത്തിൽ ഞാൻ ഏറെ അവലംബമാക്കിയിട്ടുള്ളത് എന്നു വ്യക്തമാക്കിക്കൊള്ളട്ടെ.

ഈ പുസ്തകം തയാറാക്കുന്നതിൽ എനിക്ക് ഏറ്റവുമധികം കടപ്പാടുള്ളത് എന്റെ അച്ഛൻ ഡോ. കെ മഹേശ്വരൻ നായരോടാണ്. അച്ഛന്റെ

നിരന്തരമായ പ്രേരണയും പ്രോത്സാഹനവുംകൊണ്ടു മാത്രമാണ് ഇങ്ങനെയൊരു സാഹസത്തിനു ഞാൻ മുതിർന്നത്. *യുക്തിരേഖ* മാസികയിൽ ഭാരതീയദർശനങ്ങളെക്കുറിച്ച് അച്ഛൻ എഴുതിക്കൊണ്ടിരിക്കുന്ന പംക്തിയിലെ ലേഖനങ്ങൾ എനിക്കു വളരെ പ്രയോജനകരമായി.

ഈ പുസ്തകത്തിലെ തെറ്റുകളും കുറ്റങ്ങളും ചൂണ്ടിക്കാണിക്കാൻ വായനക്കാരോടു വിനയപൂർവം അപേക്ഷിക്കുന്നു. എല്ലാവിധ നിർദേശങ്ങളും സ്വാഗതം ചെയ്യുന്നു. അവ ഉൾക്കൊണ്ടു പരിഷ്കരിച്ചു പുതിയ പതിപ്പ് ഇറക്കാൻ കഴിയുമല്ലോ.

എം വി തങ്കം

തത്വശാസ്ത്രമെന്ന പദം

'**സി**ദ്ധാന്തം വിളമ്പാതെ കാര്യം പറയെടോ' എന്നു ചിലർ കയർക്കുന്നതു കേട്ടിട്ടില്ലേ? പറയുന്ന കാര്യം എളുപ്പം മനസിലാകാതെ വരുമ്പോഴാണ് അങ്ങനെ കയർക്കുന്നത്. സൈദ്ധാന്തികമായ എല്ലാറ്റിനെ സംബന്ധിച്ചും പൊതുവെ ഒരു ധാരണയുണ്ട്, അതു മനസിലാക്കാൻ പ്രയാസമാണ് എന്ന്. സിദ്ധാന്തമെന്നാൽ തത്വം തന്നെ. തത്വശാസ്ത്രത്തിൽ സിദ്ധാന്തമെന്ന പദം തത്വശാസ്ത്രമെന്ന അർഥത്തിൽ പ്രയോഗിക്കാറുണ്ട്.

ഇംഗ്ലീഷിലെ 'ഫിലോസഫി' എന്ന പദത്തിന്റെ അർഥത്തിലാണു തത്വശാസ്ത്രം അഥവാ ദർശനം എന്ന പദം നമ്മുടെ ഭാഷയിൽ ഉപയോഗിക്കുന്നത്. ഫിലോസഫി എന്ന പദം 'ഫിലോ' എന്നും 'സോഫി' എന്നുമുള്ള രണ്ടു ഗ്രീക്കുപദങ്ങൾ ചേർന്ന് ഉണ്ടായിട്ടുള്ളതാണ്. ഫിലോ എന്ന പദത്തിന് അറിവ്, ബുദ്ധി എന്നൊക്കെ അർഥം. സോഫി എന്ന പദത്തിനു കൗതുകം, താൽപ്പര്യം എന്നൊക്കെ അർഥം. നാമുൾപ്പെടെയുള്ള ഈ പ്രപഞ്ചത്തെക്കുറിച്ച് എല്ലാം അറിയാനുള്ള താൽപ്പര്യം എന്നതിൽനിന്നു തുടങ്ങി എല്ലാറ്റിനെയും സംബന്ധിച്ച സാമാന്യമായ അറിവ് എന്ന വ്യാപകമായ അർഥത്തിലേക്കു വികസിച്ച ചരിത്രമാണു ഫിലോസഫി എന്ന പദത്തിന് ഉള്ളത്.

തത്വങ്ങളുടെ അഥവാ സിദ്ധാന്തങ്ങളുടെ ശാസ്ത്രമാണു തത്വശാസ്ത്രം. ദർശനമെന്ന പദമാണു ഭാരതത്തിൽ തത്വശാസ്ത്രത്തെക്കുറിക്കാൻ അധികവും ഉപയോഗിക്കാറുള്ളത്. ദർശനപദത്തിന്റെ പര്യായങ്ങൾ പലതുണ്ട്. ആലോകനം, വീക്ഷണം, ഈക്ഷണം, നിർവർണനം, നിധ്യാനം, നിഭാലനം എന്നിവയാണവ. ദർശനമെന്ന പദം പല അർഥങ്ങളിൽ പ്രയോഗിക്കാം. കണ്ണ്, കാഴ്ച, കാഴ്ചപ്പാട്, സ്വപ്നം, ധർമം, ബുദ്ധി, ശാസ്ത്രം തുടങ്ങിയവയാണ് അർഥങ്ങൾ. തത്വശാസ്ത്രം എന്ന

അർഥത്തിലാണു ദർശനമെന്ന പദം ഏറ്റവുമധികം പ്രയോഗിച്ചുവരുന്നത്. ഇവിടെയും തത്വശാസ്ത്രം എന്ന അർഥത്തിലാണു ദർശനപദം പ്രയോഗിച്ചിട്ടുള്ളത്.

ദർശനശബ്ദത്തിന് ഇങ്ങനെ വ്യുൽപ്പത്തി പറയാം: യാതൊന്നുകൊണ്ടാണോ കാണുന്നത് അല്ലെങ്കിൽ അറിയുന്നത് അതു ദർശനം. എന്താണു കാണപ്പെടുന്നത് അല്ലെങ്കിൽ അറിയപ്പെടുന്നത്? ഈ ചോദ്യത്തിന്റെ ഉത്തരം തത്വം അഥവാ യാഥാർഥ്യം എന്നത്രേ. പ്രപഞ്ചതത്വം അല്ലെങ്കിൽ പ്രപഞ്ചത്തിന്റെ യാഥാർഥ്യം തന്നെ ഉദ്ദേശിക്കുന്നത്.

പദത്തെ മാത്രം ആശ്രയിച്ചു നോക്കുമ്പോൾ തത്വശാസ്ത്രപദത്തിനു സത്യത്തോടും ദർശനപദത്തിനു സത്യത്തിന്റെ അറിവിനോടുമാണു കൂടുതൽ അടുപ്പമെന്നു കാണാം. എങ്കിലും, ദർശനം, തത്വശാസ്ത്രം എന്നിവ ഒരേ അർഥത്തിലാണ് ഇപ്പോൾ മലയാളത്തിൽ ഉപയോഗിച്ചുവരുന്നത്. തത്വശാസ്ത്രം എന്ന വാക്കിലെ ശാസ്ത്രം എന്ന വാക്കു ശ്രദ്ധിക്കുക. ശാസ്ത്രവും ദർശനവും, എന്നുവേണ്ട എല്ലാ വിജ്ഞാനങ്ങളും കൂടിചേർന്ന ഒന്നായിരുന്നു മനുഷ്യന്റെ വിജ്ഞാനത്തിന്റെ ആദ്യത്തെ അവസ്ഥ. ശാസ്ത്രം എന്നു തന്നെയാണു ദർശനത്തെയും മുൻപു വിളിച്ചിരുന്നത്. വേദാന്തശാസ്ത്രമെന്നാൽ വേദാന്തദർശനമെന്നർഥം. തത്വചിന്ത, ചിന്ത, ചിന്താപദ്ധതി, വാദം എന്നീ പദങ്ങളും തത്വശാസ്ത്രത്തെക്കുറിക്കാൻ ഉപയോഗിക്കാറുണ്ട്. ഇംഗ്ലീഷിലെ 'ഇസം' എന്ന പദവും മലയാളത്തിൽ പ്രചാരം നേടിയിട്ടുണ്ട്. അതിനാൽ ഇസം എന്ന പദവും തത്വശാസ്ത്രമെന്ന അർഥത്തിൽ മലയാളത്തിൽ ഉപയോഗിച്ചിട്ടുണ്ട്.

മനുഷ്യരാശിയുടെ വളർച്ച

സുദീർഘമായ ഒരു പരിണാമപ്രക്രിയയിലൂടെയാണ് മനുഷ്യൻ മനുഷ്യനായത്. ഇന്നത്തെ മനുഷ്യനാകുന്നതിന് ഏതാണ്ട് ഒരുലക്ഷം വർഷം എടുത്തു. കാട്ടുമനുഷ്യന്റെ കൈകളെക്കാൾ മനുഷ്യന്റെ കൈകൾക്ക് പ്രവർത്തനനൈപുണ്യം കൂടുതലുണ്ട്. അതു മനുഷ്യന്റെ അനേകായിരം വർഷത്തെ പരിശ്രമത്തിന്റെ നേട്ടമാണ്. കാട്ടുമനുഷ്യന്റെയും മനുഷ്യന്റെയും കൈകാലുകളും എല്ലുകളും ഞരമ്പുകളും താരതമ്യപ്പെടുത്തിയതിൽനിന്ന് അവയ്ക്കു തമ്മിൽ യാതൊരു വ്യത്യാസവുമില്ലെന്നു കണ്ടിട്ടുണ്ട്. എങ്കിലും, വികാസത്തിൽ ഏറ്റവും പിന്നണിയിൽ കിടക്കുന്ന മനുഷ്യൻപോലും ഒരു കാട്ടുമനുഷ്യനെക്കാൾ സമർഥനാണ്. കാട്ടുമനുഷ്യന് കൈകൊണ്ടു ചെയ്യാനാവാത്ത പണികൾ മനുഷ്യൻ കൈകൊണ്ടു ചെയ്തുതീർക്കും. ഒരു കാട്ടുമനുഷ്യൻ കല്ലോ മരമോ ഉപയോഗപ്പെടുത്തി ഏതെങ്കിലും ഒരായുധം തീർത്തതായി തെളിവില്ല. മനുഷ്യനാകട്ടെ എത്രയെത്ര ആയുധങ്ങളാണു നിർമിച്ചിട്ടുള്ളത്!

പ്രയത്നം അല്ലെങ്കിൽ അധ്വാനമാണ് മനുഷ്യവികാസത്തിന്റെ അടിസ്ഥാനകാരണമെന്ന് ഇന്നു നമുക്ക് പറയാൻ സാധിക്കും. ഈ പ്രപഞ്ചത്തിലെ ആകാശം, വായു, അഗ്നി, ജലം, ഭൂമി എന്നീ പഞ്ചഭൂതങ്ങളും അവയിൽനിന്നു സ്വതവേ ഉണ്ടായിവന്നവ ഒഴിച്ചുള്ള സകലതും മനുഷ്യൻ ഉണ്ടാക്കിയതാണ്. ഈ ഭൂമുഖത്തു കാണുന്ന പടുകൂറ്റൻ കെട്ടിടങ്ങളും, പറന്നുയർന്നു പോകുന്ന വിമാനങ്ങളും ടെലിവിഷനും മൊബൈൽ ഫോണും ഇന്റർനെറ്റും എന്നുവേണ്ട സകലമാന സാധനസാമഗ്രികളും സൗകര്യങ്ങളും മനുഷ്യന്റെ പ്രയത്നത്തിന്റെ ഫലമായി ഉണ്ടായവയാണ്. പ്രയത്നംകൊണ്ടു മനുഷ്യൻ ഇതിനകം എന്തെല്ലാം കാര്യങ്ങൾ നേടിക്കഴിഞ്ഞിരിക്കുന്നു! ഇനി എന്തെല്ലാം നേടാനിരിക്കുന്നു!

ആദ്യകാലത്തു വന്യമൃഗങ്ങളിൽനിന്നും മറ്റും രക്ഷനേടാൻ പറ്റം ചേർന്നു പോരാട്ടം നടത്തി മനുഷ്യർ. കൂട്ടംകൂട്ടമായി ചുറ്റിനടന്നു പ്രകൃതിയിൽനിന്നു ഫലമൂലാദികൾ പെറുക്കിയെടുത്തു തിന്നു വിശപ്പടക്കി മനുഷ്യർ. പിന്നീടു പ്രകൃതിയോടു മല്ലടിച്ച് വസ്തുക്കൾ ഉൽപ്പാദിപ്പിക്കാൻ കൂട്ടായി പണിയെടുത്തു മനുഷ്യർ. അങ്ങനെ നോക്കുമ്പോൾ സമൂഹം അല്ലെങ്കിൽ സമുദായമാണ് മനുഷ്യൻ എന്നു കാണാം. മനുഷ്യൻ സാമൂഹ്യജീവിയായതുകൊണ്ടുതന്നെ അവന്റെ മനസിൽ ഒരു ആശയമുണ്ടായാൽ അതു മറ്റുള്ളവരോടു പങ്കുവയ്ക്കാൻ കൗതുകമുണ്ടാവുക സ്വാഭാവികമാണ്. ഓരോ മനുഷ്യനും തന്റെ ആശയം കൂട്ടുകാർക്ക് പകരാൻ വെമ്പുകയും അതിനു പ്രയത്നിക്കുകയും ചെയ്തു. ആംഗ്യങ്ങൾ കൊണ്ടായിരുന്നു ആദ്യം അതു സാധിച്ചത്. പിന്നീടു ശബ്ദം പുറപ്പെടുവിക്കാൻ തുടങ്ങി. കാലക്രമത്തിൽ അവനു പുറപ്പെടുവിപ്പിക്കാവുന്ന ശബ്ദങ്ങളുടെ എണ്ണം ഏറിത്തുടങ്ങി, ശബ്ദയന്ത്രത്തിൽ മുറയ്ക്ക് പരിവർത്തനവും വന്നുതുടങ്ങി. ക്രമേണ ധ്വനികൾ അക്ഷരങ്ങളായി ഉച്ചരിക്കുന്നതിൽ അവൻ സമർഥനായി. അക്ഷരങ്ങൾ ചേർന്നു വാക്കുകളായി, വാക്കുകൾ ചേർന്നു വാക്യങ്ങളായി. അങ്ങനെ ഭാഷയുണ്ടായി.

നന്നായി ചിന്തിച്ച് ഉച്ചാരണശുദ്ധിയോടുകൂടി ഉദ്ദേശിക്കുന്ന കാര്യം പറയാനുള്ള ഭാഷ മറ്റു ജീവികൾക്കില്ലാത്ത മനുഷ്യന്റെ സമ്പത്താണ്. മഹാകവി ദണ്ഡി (ക്രി.മു.ഏഴാം നൂറ്റാണ്ട്) സംസ്കൃതത്തിൽ എഴുതിയ *കാവ്യാദർശം* എന്ന ഗ്രന്ഥത്തിൽ ഭാഷയെപ്പറ്റി ഇങ്ങനെ പറഞ്ഞിട്ടുണ്ട്:

ഇദമന്ധം തമഃ കൃത്സ്നം ജായേത ഭുവനത്രയം
യദി ശബ്ദാഹ്വയം ജ്യോതിരാസംസാരം ന ദീപ്യതേ.

> അർഥം: ശബ്ദം എന്നു പേരായ വെളിച്ചം ലോകത്താകമാനം വിളങ്ങുന്നില്ലെങ്കിൽ ഈ മൂന്നു ലോകങ്ങൾ മുഴുവനും കുറ്റാക്കുറ്റിരുട്ടായിപ്പോവും.

എത്ര സത്യം! ശബ്ദമെന്ന പദം ഭാഷയെക്കുറിക്കാനാണ് ഇവിടെ ഉപയോഗിച്ചിരിക്കുന്നത്. കണ്ണില്ലാത്തവർക്കുകൂടി കണ്ണിന്റെ വെളിച്ചം നൽകുന്ന ശക്തമായ ഉപകരണമാണ് ഭാഷ. ഇപ്പോൾ നമുക്കു ഭാഷയില്ലാതെ ജീവിക്കുന്ന ഒരവസ്ഥയെപ്പറ്റി ചിന്തിക്കാൻപോലും കഴിയുകയില്ല.

പണിയെടുക്കാൻ പരിശ്രമിച്ച മനുഷ്യന്റെ കൈകൾക്കു കിട്ടിയ സ്വാതന്ത്ര്യമാണ് തികച്ചും മനുഷ്യപുരോഗതിയുടെ നാരായവേര്. പ്രയത്നത്തിന്റെ ശക്തി ഭാഷയിൽ വലിയ സ്വാധീനം ചെലുത്തി. ഭാഷയുടെ ശക്തി തലച്ചോറിലും അതോടു ബന്ധപ്പെട്ട ഇന്ദ്രിയങ്ങളുടെ വികാസത്തിലും വൻതോതിൽ സ്വാധീനം ചെലുത്തി. മനുഷ്യമനസ്സ് അഭൂതപൂർവമായ വികാസം പ്രാപിച്ചു. മനുഷ്യമനസിൽ ചിന്തയുടെയും ഭാവനയുടെയും നൂറായിരം പൂക്കൾ വിരിയുകയായി. വിജ്ഞാനത്തിന്റെയും കലയുടെയും വികാസം അനുസ്യൂതമായി തുടർന്നു. തത്വശാസ്ത്രത്തിന്റെ ഉദയവും വികാസവും പിന്നീടാണുണ്ടായത്. ഭാഷ വികാസം

പ്രാപിച്ചതിനുശേഷമേ തത്വശാസ്ത്രത്തിനു രൂപപ്പെടാനാവൂ. ഭാഷയിലൂടെയാണല്ലോ തത്വശാസ്ത്രം ആവിഷ്കരിക്കുന്നത്.

ദർശനത്തിന്റെ അഥവാ തത്വശാസ്ത്രത്തിന്റെ വിഷയം പ്രപഞ്ചം തന്നെ. പ്രപഞ്ചത്തെ ആശ്രയിച്ചായാലും പ്രപഞ്ചത്തിന്റെ അറിവിനെ ആശ്രയിച്ചായാലും വളരെ വലിയ അർഥവ്യാപ്തിയാണു തത്വശാസ്ത്രത്തിനുള്ളത്. പ്രപഞ്ചം, അതിനെ സംബന്ധിച്ച അറിവ്, രണ്ടിനേയും കുറിച്ചുള്ള സകലതും എന്നിങ്ങനെ ദർശനത്തിന്റെ പരിധിയിൽപ്പെടാത്തതായി ഒന്നുംതന്നെ ഇല്ല.

തത്വശാസ്ത്രത്തിന്റെ ഉത്ഭവം

സർഗാത്മകചിന്തയാണു മനുഷ്യനെ മനുഷ്യനാക്കുന്നത്. മനുഷ്യൻ ചിന്തിക്കാൻ തുടങ്ങിയതുമുതൽ തനിക്കു ചുറ്റും കണ്ട പ്രപഞ്ചത്തെപ്പറ്റി അത്ഭുതം കൂറിയിട്ടുണ്ട്. ക്രമേണ അവൻ പലേ ചോദ്യങ്ങളും ഉന്നയിക്കാൻ തുടങ്ങി. അത് വലിയ ഒരു മാറ്റത്തിന്റെ തുടക്കമായിരുന്നു. ചോദ്യം ഉന്നയിക്കുക എന്നത് അത്ര എളുപ്പമുള്ള ഒരു സംഗതിയല്ലല്ലോ. ചോദ്യം ഉത്തരത്തിന്റെ ആദ്യപടിയാകുന്നു. എന്നാണു മനുഷ്യൻ ചോദ്യം ചോദിക്കാൻ പ്രാപ്തനായത്? അതൊരു വലിയ ചോദ്യമാണ്. മാനവരാശിയുടെ ചരിത്രത്തിൽ കഴിഞ്ഞ ഏതാണ്ടൊരു പതിനായിരം വർഷങ്ങൾക്കുള്ളിൽ ഉണ്ടായ പുരോഗതി അതിനുമുമ്പുണ്ടായതുമായി താരതമ്യം ചെയ്യുമ്പോൾ എത്രയോ വമ്പിച്ച തോതിലുള്ളതാണ്. അക്ഷരങ്ങളുടെ ഇന്നു ലഭ്യമായിട്ടുള്ള ആദ്യമാതൃകകൾ സൂചിപ്പിക്കുന്നതു മനുഷ്യൻ അക്ഷരവിദ്യ കണ്ടുപിടിച്ചത് ഇന്നേക്ക് ആറായിരം വർഷങ്ങൾക്കു മുൻപാണെന്നാണ്.

ഈ പ്രപഞ്ചത്തിന്റെ ഉറവിടം എവിടെയാണ്? ഈ പ്രപഞ്ചം എന്നുണ്ടായി? പ്രപഞ്ചത്തിന്റെ സ്വഭാവം എന്താണ്? പ്രപഞ്ചത്തിന്റെ ഗതി എങ്ങോട്ടാണ്? പ്രപഞ്ചം എന്നും ഇങ്ങനെതന്നെ ആയിരുന്നുവോ? പ്രപഞ്ചം നിർമിച്ചതാരാണ്? ഇങ്ങനെ പോകുന്നു മനുഷ്യൻ ഉന്നയിച്ച ചോദ്യങ്ങൾ?

മനുഷ്യരാശിയുടെ ഏറ്റവും പ്രാചീനമായ രചനകളും പ്രാചീന രചനകളിൽ ഏറ്റവും പ്രധാനവുമാണ് വേദങ്ങൾ. വേദങ്ങളിൽ ഏറ്റവും പ്രാചീനമാണ് *ഋഗ്വേദം* (ക്രി.മു.1500). *ഋഗ്വേദ*ത്തിലെ ഈ മന്ത്രം ശ്രദ്ധിക്കുക.

കോദ്ധാ വേദ ക ഇഹ പ്രവോചത്
കുത ആജാതാ കുത ഇയം വിസൃഷ്ടിഃ

അർവാങ് ദേവാ അസ്യ വിസർജനേന
അഥ കോ വേദ യത ആബഭൂവ? (*ഋഗ്വേദം* 10, 129, 6)

> അർഥം: ആർക്ക് അതു നേരിട്ടറിയാം? ഇത് ആർക്കു പറയാനാവും? ഇതൊക്കെ എവിടെനിന്ന് ഉണ്ടായിവന്നു? സൃഷ്ടിയിൽ ഈ വൈചിത്ര്യം എങ്ങനെ ഉണ്ടായി? ഇതൊക്കെ ഉണ്ടായിവന്നതിനു ശേഷമാണു ദേവന്മാർ ഉണ്ടായത്. അപ്പോൾ പിന്നെ ആർക്കറിയാം എവിടെ നിന്നുണ്ടായിവന്നു എന്ന്?

ചോദ്യങ്ങൾക്കൊപ്പം പ്രകടമാവുന്ന സംശയങ്ങൾ ശ്രദ്ധേയമാണ്. ഈ സംശയങ്ങൾ പിന്നീടു സംശയാസ്പദങ്ങളായ ഉത്തരങ്ങൾക്കു വഴിയൊരുക്കി. അവ കാലക്രമത്തിൽ നിശ്ചിതങ്ങളായ ഉത്തരങ്ങളിലേക്കും നയിച്ചു. അങ്ങനെയാണു ദർശനം രൂപംകൊണ്ടത്.

പാശ്ചാത്യദേശത്താണോ അതോ പൗരസ്ത്യദേശത്താണോ ആദ്യം ദർശനം ഉണ്ടായത് എന്നു ചിലർ ചോദിക്കാറുണ്ട്. ഭാരതീയദർശനമാണ് ലോകത്തിലെ ഏറ്റവും പ്രാചീനമായ ദർശനം എന്നും പറയാറുണ്ട്. അതു ശരിയാണ്. പ്രായം വെച്ചു നോക്കുമ്പോൾ ഭാരതീയദർശനത്തിനാണ് മൂപ്പു കൂടുതൽ.

പാശ്ചാത്യലോകത്ത് ഏറ്റവും പ്രാചീനമായ ദർശനം യവനതത്വചിന്തകനായ ഥേലിസി (ക്രി.മു. 624-534)ന്റേതാണ് എന്നു കണക്കാക്കപ്പെടുന്നു. യവനതത്വചിന്തകൻ തന്നെയായ അനക്സിമന്ദർ ക്രി.മു. 611-546 കാലത്തു ജീവിച്ചിരുന്നയാളാണ്. യൂറോപ്പിലെ മറ്റു ദാർശനികന്മാരെല്ലാം പിൽക്കാലത്തുണ്ടായവരാണ്.

ഭാരതീയതത്വചിന്തയുടെ ഉൾപ്പെടെ എല്ലാ അറിവിന്റെയും ഉറവിടമാണു വേദങ്ങളെന്നും അറിവിന്റെ ആകെത്തുകയാണു വേദങ്ങളെന്നും മറ്റുമുള്ള ധാരണകളുണ്ട്. കൃത്യമായ അർഥത്തിൽ വേദങ്ങൾ, വിശേഷിച്ചു വേദങ്ങളുടെ ആദ്യഭാഗമായ മന്ത്രങ്ങൾ തത്വശാസ്ത്രഗ്രന്ഥങ്ങളല്ല. വേദങ്ങളിൽ നിയതമായ ഏതെങ്കിലും തത്വശാസ്ത്രം പ്രതിപാദിച്ചിട്ടുണ്ട് എന്നും പറയാനാവുകയില്ല.

ഒരു അന്വേഷണത്വര ചില മന്ത്രങ്ങളിൽ തീർച്ചയായും പ്രകടമാകുന്നുണ്ട്. മൊത്തം പ്രപഞ്ചത്തിന്റെയും മൂലകാരണമായി ഒരു തത്വത്തെ പ്രതിഷ്ഠിക്കാനുള്ള കൗതുകം പല മന്ത്രങ്ങളിലും കാണാം. ഹിരണ്യഗർഭനെന്നും വിരാട്പുരുഷനെന്നും വിളിക്കപ്പെടുന്ന ഒരു സ്രഷ്ടാവിനെ ചില മന്ത്രങ്ങളിൽ പ്രതിഷ്ഠിച്ചിട്ടുണ്ട്. ആ സ്രഷ്ടാവാണ് പിന്നീടു ബ്രഹ്മമെന്ന ആശയമായി വളർന്നത്.

ഹിരണ്യഗർഭഃ സമവർത്തതാഗ്രേ
ഭൂതസ്യ ജാതഃ പതിരേക ആസീത്
സ ദധാര പൃഥിവീം ദ്യാമുതേമാം
കസ്മൈ ദേവായ ഹവിഷാ വിധേമ

(*ഋഗ്വേദം* 10, 121, 1)

അർഥം: ആദ്യം ഹിരണ്യഗർഭൻ ഉണ്ടായി. അദ്ദേഹം സകലഭൂതങ്ങളുടെയും രക്ഷകനായിരുന്നു. അദ്ദേഹം ഈ ഭൂമിയെയും ആകാശത്തെയും ധരിച്ചു. ഞങ്ങൾ ഹവിസ്സുകൊണ്ട് ഏതു ദേവനെയാണ് ആരാധിക്കേണ്ടത്?

പിൽക്കാലത്ത് ആശയവാദമായും ഭൗതികവാദമായും വികസിച്ച ദാർശനികചിന്തയുടെ മൂലം എന്നു വിശേഷിപ്പിക്കാവുന്ന രണ്ടു ചിന്താധാരകൾ മന്ത്രങ്ങളിൽ കാണാം. അവയെ സദ്വാദമെന്നും അസദ്വാദമെന്നും വിളിക്കാം. *ഋഗ്വേദ*ത്തിൽ സദ്വാദം കേവലം സൂചിതമായിട്ടേ ഉള്ളൂ. വേദമന്ത്രങ്ങളിൽ കാണുന്ന ചിന്താശകലങ്ങൾ പിന്നെ ദാർശനികമായി വികസിച്ചതു *ബ്രാഹ്മണ*ങ്ങളിലും *ആരണ്യക*ങ്ങളിലുമല്ല, മറിച്ച് അതിനുശേഷമുണ്ടായ *ഉപനിഷത്തു*കളിലാണ്. സദ്വാദം വളർന്ന് ആത്മവാദമായി മാറിയ അവസ്ഥയെയാണ് *ഉപനിഷത്തുകൾ* പ്രതിനിധാനം ചെയ്യുന്നത്. അസദ്വാദവും വളർന്നു, അതിന്റെ സൂചനകൾ *ഉപനിഷത്തു*കളിലുണ്ട്. *ഉപനിഷത്തു*കൾക്കു പുറത്തായിരുന്നു അസദ്വാദത്തിന്റെ വളർച്ച.

ആജീവകന്മാർ, ചാർവാകന്മാർ, പ്രാചീനസാംഖ്യന്മാർ തുടങ്ങി വ്യത്യസ്തരായ ചിന്തകന്മാർ അക്കാലത്തുണ്ടായിരുന്നു. ബുദ്ധമതം സ്ഥാപിച്ചതു ഗൗതമബുദ്ധനാണെന്നും ജൈനമതം സ്ഥാപിച്ചതു വർധമാനമഹാവീരനാണെന്നും ആണല്ലോ പൊതുധാരണ. ബുദ്ധമതത്തിനും ജൈനമതത്തിനും ഒരു പൊതുപൂർവികമുണ്ടായിരുന്നു. ശ്രമണം എന്നാണ് അതിന്റെ പേര്.

ദണ്ഡങ്കരൻ മുതൽ കാശ്യപൻവരെയുള്ള ഇരുപത്തിയേഴു ബോധിസത്വന്മാരെപ്പറ്റി ബൗദ്ധസാഹിത്യത്തിലെ ഒരു വിഭാഗമായ *ജാതകങ്ങളിൽ* പ്രതിപാദിച്ചിട്ടുണ്ട്. ബോധിസത്വൻ എന്നതു ബുദ്ധപദവിയുടെ ഒരു പടി താഴെയുള്ള പദവിയായിട്ടാണ് പിൽക്കാല ബൗദ്ധസിദ്ധാന്തം കണക്കാക്കുന്നത്. ഗൗതമബുദ്ധന്റെ പൂർവാവതാരങ്ങളായും അവരെ കണക്കാക്കുന്നുണ്ട്. വാസ്തവത്തിൽ ആ ഇരുപത്തിയേഴു പേരും പൂർവബുദ്ധന്മാർ, അതായതു ഗൗതമബുദ്ധനു മുമ്പുള്ള ബുദ്ധന്മാരായിരുന്നു.

വർധമാനമഹാവീരനു മുമ്പ് ഇരുപത്തിമൂന്നു തീർഥങ്കരന്മാർ ഉണ്ടായിരുന്നു. ഇരുപത്തിനാലാമത്തെ തീർഥങ്കരനായിരുന്നു മഹാവീരൻ. ഋഷഭൻ മുതൽ പാർശ്വനാഥൻ വരെയുള്ള ആ ഇരുപത്തിമൂന്നു തീർഥങ്കരന്മാർ പൂർവജൈനത്തിന്റെ ആചാര്യന്മാരായിരുന്നു.

ഗൗതമബുദ്ധനു മുമ്പുണ്ടായിരുന്ന പ്രാചീനബുദ്ധമതവും വർധമാനമഹാവീരനു മുമ്പുണ്ടായിരുന്ന പ്രാചീനജൈനമതവും ചേർന്നതാണു ശ്രമണം. ബൗദ്ധന്മാരും ജൈനന്മാരും ശ്രമണപൗർവികത്തെ ഒരുപോലെ ആദരിക്കുന്നുണ്ട്. ശ്രമണധർമത്തിന്റെ ആചാര്യപരമ്പരയിൽപ്പെട്ട പലരെയുംപറ്റി വേദങ്ങളിൽ പരാമർശമുണ്ട്. ശ്രമണവും ബൗദ്ധവും ജൈനവും കേവലം മതങ്ങളല്ല, തത്വശാസ്ത്രങ്ങൾ കൂടിയായിരുന്നു.

*ഉപനിഷത്തു*കളിൽ ആത്മവാദത്തിന്റെ അഥവാ ബ്രഹ്മവാദത്തിന്റെ സ്വരൂപം കാണാൻ കഴിയും. ശങ്കരാചാര്യർ ഭാഷ്യമെഴുതുകവഴി പ്രസിദ്ധങ്ങളായിട്ടുള്ളവ പത്ത് ഉപനിഷത്തുകളാകുന്നു. *ഋഗ്വേദ*ത്തിന്റെ ഐതരേയം, *സാമവേദ*ത്തിന്റെ ഛാന്ദോഗ്യവും കേനവും, *യജൂർവേദ*ത്തിന്റെ ബൃഹദാരണ്യകം, *ഈശം, തൈത്തിരീയം, കഠം* എന്നിവ, *അഥർവവേദ*ത്തിന്റെ *പ്രശ്നം, മുണ്ഡകം, മാണ്ഡൂക്യം* എന്നിങ്ങനെ പത്തുപനിഷത്തുകൾ. ഇവ ദശോപനിഷത്തുകൾ എന്നു പ്രസിദ്ധമാണ്. കൗഷീതകി, മൈത്രി, ശ്വേതാശ്വതരം എന്നിവകൂടി കൂട്ടി പതിമൂന്നുപനിഷത്തുകളെ രാഹുൽ സാംകൃത്യായൻ പ്രാചീനവും പ്രധാനവുമായി കണക്കാക്കുന്നു. അദ്ദേഹം പതിമൂന്ന് ഉപനിഷത്തുകളുടെ കാലം താഴെപ്പറയും പ്രകാരമാണു തിട്ടപ്പെടുത്തിയിട്ടുള്ളത്.

ഈശം, ഛാന്ദോഗ്യം, ബൃഹദാരണ്യകം	– ക്രി.മു. 700
ഐതരേയം, തൈത്തിരീയം	– ക്രി.മു. 600–500
പ്രശ്നം, കേനം, കഠം, മുണ്ഡകം, മാണ്ഡൂക്യം	– ക്രി.മു. 500–400
കൗഷീതകി, മൈത്രി, ശ്വേതാശ്വതരം	– ക്രി.മു. 200–100

മറ്റ് *ഉപനിഷത്തു*കളൊക്കെ പിൽക്കാലത്തുണ്ടായവയും ഇപ്പറഞ്ഞ *ഉപനിഷത്തു*കളിലെ ആശയം വിപുലീകരിക്കുന്നവയുമാണ് ഏറിയകൂറും.

*ഛാന്ദോഗ്യോപനിഷ*ത്തിലെ ഉദ്ദാലകൻ, സ്വന്തം മകനും ശിഷ്യനുമായ ശ്വേതകേതുവിനോട് തത്ത്വമസി = ആ പരമാത്മാവു നീയാകുന്നു എന്ന് ഉപദേശിച്ച, മഹർഷിയാണ്. ബ്രഹ്മസിദ്ധാന്തം വളരെ സ്പഷ്ടമായി ഇവിടെ പ്രത്യക്ഷപ്പെടുന്നു. കേവലമൊരു ബ്രഹ്മപരാമർശമല്ല, സർവാത്മകമായ ബ്രഹ്മത്തെക്കുറിച്ചുള്ള വ്യക്തമായ സിദ്ധാന്തമാണ് ഉദ്ദാലകന്റേത്.

*ബൃഹദാരണ്യകോപനിഷ*ത്തിന്റെ രണ്ടാം അധ്യായത്തിലെ ഒന്നാം ബ്രാഹ്മണത്തിൽ ഗാർഗ്യഗോത്രത്തിൽ ജനിച്ച ബാലാകിയും കാശിരാജാവായ അജാതശത്രുവും തമ്മിൽ ബ്രഹ്മത്തെ͵ പ്പറ്റി നടത്തുന്ന സംവാദം കാണാം. യാജ്ഞവൽക്യനും മൈത്രേയിയും തമ്മിലുള്ള സംവാദമാണ് മറ്റൊന്ന്. അക്കാലത്തെ ഏറ്റവും വലിയ ബ്രഹ്മജ്ഞാനിയായിരുന്നു യാജ്ഞവൽക്യൻ. യാജ്ഞവൽക്യനോട് ആർത്തഭാഗനും ഭുജ്യുവും ഉഷസ്തനും കഹോലനും ഗാർഗിയും ചോദ്യങ്ങൾ ചോദിക്കുന്നതും അദ്ദേഹം ഉത്തരം പറയുന്നതും ഈ *ഉപനിഷത്തിൽ* കാണാം.

*ഛാന്ദോഗ്യോപനിഷ*ത്തിലെ 'തത്ത്വമസി' എന്ന വാക്യംപോലെ പ്രസിദ്ധമായ മറ്റൊരു വാക്യം ഈ *ഉപനിഷത്തി*ലുണ്ട്. അഹം ബ്രഹ്മാസ്മി = ഞാൻ ബ്രഹ്മമാകുന്നു (1.4.10.).

പിൽക്കാലത്തു ഭാരതീയദർശനത്തിൽ അദ്വൈതവേദാന്തത്തിനു കൈവന്ന പ്രാധാന്യത്തിന്റെ ഫലമായി 'തത്ത്വമസി', 'അഹം ബ്രഹ്മാസ്മി' തുടങ്ങിയ വാക്യങ്ങൾ മഹാവാക്യങ്ങൾ എന്നാണു പ്രസിദ്ധമായത്. ഉദ്ദാലകൻ, യാജ്ഞവൽക്യൻ തുടങ്ങിയവരും പ്രസിദ്ധന്മാരായി. അവർ ഏറ്റവും ചുരുങ്ങിയതു ക്രിസ്തുവിനു മുമ്പ് എട്ടാം നൂറ്റാണ്ടിൽപ്പെട്ടവരാണ്.

*ഉപനിഷത്തു*കളിലെ ദർശനം ബ്രഹ്മവാദമാണ്, അധ്യാത്മവാദമാണ്. അസ്തിത്വത്തിന്റെ യാഥാർഥ്യം ഇന്ദ്രിയാനുഭവത്തിന് അതീതമാണെന്ന്, അനുഭവത്തിന് അപ്രാപ്യമാണെന്നു കരുതുന്ന ദാർശനികസിദ്ധാന്തമാണല്ലോ അധ്യാത്മവാദം. മാനസികമായി സുഗ്രഹമായ അസ്തിത്വത്തിന്റെ തത്വങ്ങളെക്കുറിച്ചുള്ള അരിസ്റ്റോട്ടിലിന്റെ ഒരു പ്രബന്ധത്തിന് റൊഡേസിയിലെ അന്ദ്രോനിക്കസ് (ക്രി. മു. ഒന്നാം നൂറ്റാണ്ട്) നൽകിയ ശീർഷകത്തിൽനിന്നാണ് അധ്യാത്മവാദത്തിനു സമാനമായ മെറ്റാഫിസിക്സ് എന്ന വാക്കു പ്രയോഗത്തിൽ വന്നത്. തത്വശാസ്ത്രത്തിൽ ഈ പദത്തെ പലപ്പോഴും തത്വശാസ്ത്രത്തിന്റെ പര്യായമായി ഉപയോഗിക്കാറുണ്ട്.

തത്വശാസ്ത്രത്തിന്റെ ഉള്ളടക്കം

ദർശനത്തിന്റെ ഉത്ഭവത്തെപ്പറ്റി പറഞ്ഞതിൽനിന്ന് ഒരു കാര്യം വ്യക്തമാകുന്നുണ്ട്. ഈ പ്രപഞ്ചത്തെ ചുറ്റിപ്പറ്റിയാണു ദർശനത്തിലെ ചിന്തകൾ പോകുന്നതെന്നതാണത്. പ്രപഞ്ചം തന്നെയാകുന്നു ദർശനത്തിന്റെ ഒന്നാമത്തെ വിഷയം. ഈ പ്രപഞ്ചം തന്നെയാണോ ആത്യന്തിക സത്യം? അതോ ഇതിനപ്പുറത്തു വല്ല സത്യവുമുണ്ടോ? പ്രപഞ്ചം, അതിന്റെ ഉൽപ്പത്തി, വികാസം, ഗതി, അന്തിമലക്ഷ്യം എന്നിവയൊക്കെയാണു ദർശനത്തിൽ ചർച്ചചെയ്യപ്പെടുന്നത്.

പ്രപഞ്ചത്തെക്കുറിച്ചു മനസിലാക്കാനുള്ള സൗകര്യത്തിനുവേണ്ടി അതിന്റെ ഉള്ളടക്കത്തെ വസ്തുക്കൾ, ആശയങ്ങൾ, പ്രക്രിയകൾ, പ്രതിഭാസങ്ങൾ എന്നു നാലായി തിരിക്കാം. കല്ല്, മണ്ണ്, ചട്ടി, കലം, കുട്ട, വട്ടി, മൺവെട്ടി തുടങ്ങിയവ വസ്തുക്കൾക്കുദാഹരണം. അറിവ്, സ്നേഹം, സന്തോഷം, സങ്കടം തുടങ്ങിയവ ആശയങ്ങൾക്കുദാഹരണം. വളർച്ച, തളർച്ച, ഓട്ടം, ഒഴുക്ക്, രക്തചംക്രമണം, ശ്വാസോച്ഛ്വാസം തുടങ്ങിയവ പ്രക്രിയകൾക്കുദാഹരണം. ഇടിമിന്നൽ, മഴവില്ല് തുടങ്ങിയവ പ്രതിഭാസങ്ങൾക്കുദാഹരണം.

വസ്തുക്കൾ, ആശയങ്ങൾ, പ്രക്രിയകൾ, പ്രതിഭാസങ്ങൾ എന്നിവ ഒറ്റയ്ക്കൊറ്റയ്ക്കേ കാണപ്പെടാവൂ എന്നില്ല. പലപ്പോഴും അവ കൂടിക്കലർന്നാണു കാണപ്പെടുന്നത്. മനുഷ്യൻതന്നെ ഏറ്റവും നല്ല ഉദാഹരണം. വസ്തുക്കൾ, ആശയങ്ങൾ, പ്രക്രിയകൾ, പ്രതിഭാസങ്ങൾ എന്നിവയുടെ ഒരു സമാഹാരമാണ് മനുഷ്യൻ. മിക്ക പ്രപഞ്ചവിഷയങ്ങളും അങ്ങനെ തന്നെ. മനുഷ്യനോളം വിസ്മയകരമായ ഒരു വിഷയമില്ല എന്നതാണു സത്യം. പഞ്ചഭൂതങ്ങളാൽ നിർമിതമാണ് മനുഷ്യന്റെ ശരീരം. പക്ഷേ, മലപോലെ ഒരു നിശ്ചലവസ്തുവല്ല മനുഷ്യൻ. സചേതനമായ ഒരു ചല

നാത്മകസത്യമാണ്. ശ്വാസോച്ഛ്വാസം, ദഹനം, രക്തചംക്രമണം തുടങ്ങി എത്രയോ പ്രക്രിയകൾ മനുഷ്യന്റെ ഉള്ളിൽ നടന്നുകൊണ്ടിരിക്കുന്നു. അതൊക്കെ മുറപോലെ നടന്നില്ലെങ്കിൽ മനുഷ്യൻ നിലനിൽക്കുകയില്ല തന്നെ. മനുഷ്യന്റെ മനസ്സ് അത്ഭുതകരമായ ഒരു പ്രതിഭാസമാകുന്നു. ദർശനത്തിൽത്തന്നെ ഏറ്റവും പ്രധാനപ്പെട്ട ഒരു വിഷയം മനുഷ്യമനസാകുന്നു.

ദർശനത്തിന്റെ രണ്ടാമത്തെ വിഷയം പ്രപഞ്ചത്തെക്കുറിച്ചുള്ള അറിവു തന്നെ. അറിവിന്റെ ഉൽപ്പത്തി, വികാസം, ഗതി, അന്തിമലക്ഷ്യം എന്നിവയൊക്കെ ദർശനത്തിൽ ചർച്ചചെയ്യപ്പെടുന്നു.

ഇങ്ങനെ നോക്കുമ്പോൾ മറ്റൊരു കാര്യം കൂടി വ്യക്തമാകുന്നുണ്ട്. ദർശനത്തിന് അന്യമായി യാതൊന്നും തന്നെയില്ല. ചരാചരാത്മകമായ ഈ പ്രപഞ്ചത്തിൽ എന്തെല്ലാമുണ്ടോ അതെല്ലാം ദർശനത്തിന്റെ വിഷയമാകുന്നു. ആ വിഷയത്തെക്കുറിച്ചുള്ള അറിവും അറിവുമായി ബന്ധപ്പെട്ട് എന്തെല്ലാമുണ്ടോ അതും ദർശനത്തിന്റെ വിഷയമാകുന്നു.

തത്വശാസ്ത്രത്തിന്റെ ശാഖകൾ

ഭാരതീയരീതിയനുസരിച്ചു ദർശനത്തിനു പ്രമേയമീമാംസ, പ്രമാണമീമാംസ എന്നു രണ്ടു ഭാഗങ്ങളാണുള്ളത്. പ്രമേയമീമാംസയിൽ ദർശനത്തിലെ വിഷയമാണു ചർച്ചചെയ്യപ്പെടുന്നത്. ദർശനത്തിലെ വിഷയമെന്നാൽ പ്രമാണത്തിന്റെ വിഷയം തന്നെ. അറിവിന്റെ വിഷയമെന്നും പറയാം. മീമാംസ എന്ന പദത്തിനു ചർച്ച, വിചാരം എന്നാണർഥം. പ്രമാണമീമാംസയിൽ വിഷയത്തെ അറിയാനുള്ള പ്രമാണങ്ങളെക്കുറിച്ചു പ്രതിപാദിക്കുന്നു.

പാശ്ചാത്യരീതിയനുസരിച്ചും പ്രമേയമീമാംസയും പ്രമാണമീമാംസയും ദർശനത്തിന്റെ ഭാഗങ്ങളാകുന്നു. പ്രമേയമീമാംസ സത്താശാസ്ത്രം (metaphysics) എന്നും പ്രമാണമീമാംസ ജ്ഞാനശാസ്ത്രം (epistemology) എന്നും വ്യവഹരിക്കപ്പെടുന്നു. പാശ്ചാത്യരീതിയനുസരിച്ചു ദർശനത്തിന് അഞ്ചു ഭാഗങ്ങളുണ്ട്. തർക്കശാസ്ത്രം (logic), ധർമശാസ്ത്രം (ethics), സൗന്ദര്യശാസ്ത്രം (aesthetics) എന്നിവയാണു മറ്റു മൂന്നു ഭാഗങ്ങൾ.

സത്തയുടെ അഥവാ അസ്തിത്വത്തിന്റെ മൊത്തം കാര്യങ്ങളും ചർച്ചചെയ്യപ്പെടുന്നത് സത്താശാസ്ത്രത്തിലാകുന്നു. ദർശനത്തിലെ പദാർഥവിജ്ഞാനം അഥവാ വസ്തുവിജ്ഞാനമാകുന്നു അത്. ഭാരതീയദർശനരീതിയനുസരിച്ചുള്ള പ്രമേയമീമാംസ തന്നെയാണത്. സത്താശാസ്ത്രത്തെ (metaphysics) കേവലവാദ (metaphysics) ത്തിൽനിന്നു വേർതിരിച്ചു മനസിലാക്കണം. ഇംഗ്ലീഷിൽ രണ്ടിനെയും കുറിക്കാൻ മെറ്റാഫിസിക്സ് എന്ന ഒരേ പദം തന്നെ ഉപയോഗിക്കുന്നതുകൊണ്ടാണ് അതു വേണ്ടിവരുന്നത്. ഈ ആശയക്കുഴപ്പം ഒഴിവാക്കാൻവേണ്ടി സത്താശാസ്ത്രത്തെക്കുറിക്കാനായി ഒണ്ടോളജി (ontology) എന്ന പദം ഉപ

യോഗിക്കാറുണ്ട്. ഒണ്ടോളജിയും മെറ്റാഫിസിക്സും തമ്മിൽ ഫലത്തിൽ വ്യത്യാസമൊന്നുമില്ല. അസ്തിത്വത്തിന്റെ ദാർശനികസിദ്ധാന്തമാണത്. അത് അസ്തിത്വത്തിന്റെ സാർവത്രികവും മൗലികവുമായ തത്വങ്ങളെയും അതിന്റെ ഘടനയെയും നിയമങ്ങളെയും കൈകാര്യം ചെയ്യുന്നു. അരിസ്റ്റോട്ടിൽ സത്താശാസ്ത്രത്തെ വിശേഷിപ്പിച്ചത് ആദ്യത്തെ തത്വശാസ്ത്രം (first philosophy) എന്നാണ്. തത്വശാസ്ത്രത്തിൽ സത്താശാസ്ത്രത്തിനുള്ള പ്രാധാന്യം അതിൽനിന്നു വ്യക്തമാകുന്നു.

ജ്ഞാനശാസ്ത്രം അഥവാ ജ്ഞാനസിദ്ധാന്തം അസ്തിത്വത്തിന്റെ അറിവിനെക്കുറിച്ചുള്ള സമഗ്രശാസ്ത്രമാകുന്നു. സത്ത അറിവിനു വിഷയീഭവിക്കുന്നതാണോ, ആണെങ്കിൽ എങ്ങനെ, അറിവിന്റെ പ്രമാണങ്ങൾ എന്തെല്ലാം, അവയുടെ സ്വരൂപമെന്ത്, അറിവിന്റെ നിയമങ്ങളും സാധ്യതകളും, അറിവിന് യാഥാർഥ്യത്തോടുള്ള ബന്ധം, ജ്ഞാനപ്രക്രിയയുടെ ഘട്ടങ്ങളും രൂപങ്ങളും, അതിന്റെ സാധുതയുടെയും വിശ്വസനീയതയുടെയും ഉപാധികളും മാനദണ്ഡങ്ങളും എന്നിങ്ങനെ എല്ലാ കാര്യങ്ങളും അവിടെ ചർച്ച ചെയ്യുന്നു. ഭാരതീയരീതിയനുസരിച്ചുള്ള പ്രമാണമീമാംസ ജ്ഞാനസിദ്ധാന്തം തന്നെയാകുന്നു.

തർക്കശാസ്ത്രം പ്രതിപാദനരീതിയുടെ ശാസ്ത്രമാകുന്നു. യുക്തിപൂർണമായിരിക്കണം പ്രതിപാദനരീതി. പാശ്ചാത്യതത്വശാസ്ത്രത്തിൽ തർക്കശാസ്ത്രം ദർശനത്തിന്റെ ഒരു അവാന്തരവിഭാഗമാണെങ്കിലും ഭാരതീയരീതിയിൽ തർക്കശാസ്ത്രം ഒരു ദർശനം തന്നെയാകുന്നു. ഭാരതീയദർശനങ്ങളിൽ ഒന്നാണു തർക്കം. പക്ഷേ, ഭാരതീയദർശനങ്ങൾ എല്ലാം തന്നെ തർക്കശാസ്ത്രത്തെ ഉപയോഗപ്പെടുത്തുന്നുണ്ട്. കാണാദവും പാണിനീയവും സകലശാസ്ത്രങ്ങൾക്കും ഉപകാരപ്രദമാണ് എന്ന് ഒരു ചൊല്ലു തന്നെയുണ്ട് സംസ്കൃതത്തിൽ. പാണിനീയമെന്നാൽ സംസ്കൃതവ്യാകരണമെന്നർഥം. കാണാദമെന്നാൽ തർക്കശാസ്ത്രമെന്നാണർഥം. കണാദന്റെ ദർശനം വൈശേഷികദർശനമാകുന്നു. എന്നാൽ പിൽക്കാലത്തു കണാദന്റെ വൈശേഷികവും ഗോതമന്റെ ന്യായവും ഒന്നുചേർന്ന് തർക്കശാസ്ത്രം എന്ന ഒറ്റ ദർശനമായി. അതുകൊണ്ടാണു കാണാദത്തിനു തർക്കശാസ്ത്രം എന്നർഥം വന്നത്. ഗൗതമീയം എന്നും തർക്കശാസ്ത്രത്തിനു പേരു പറയാം. പാശ്ചാത്യമായാലും പൗരസ്ത്യമായാലും തർക്കശാസ്ത്രം മുഖ്യമായി അനുമാനത്തിന്റെ ശാസ്ത്രമാകുന്നു. തത്വശാസ്ത്രത്തിൽ അനുമാനത്തിനുള്ള സ്ഥാനം വളരെ പ്രധാനവുമാണ്.

ധർമശാസ്ത്രം ആചരണത്തിന്റെ ശാസ്ത്രം അഥവാ സിദ്ധാന്തമാകുന്നു. പാശ്ചാത്യദർശനത്തിൽ ധർമശാസ്ത്രത്തിനു പ്രാധാന്യമുണ്ടായിരുന്നു. ഭാരതത്തിൽ ധർമശാസ്ത്രം വളരെ പ്രധാനമായിരുന്നുവെങ്കിലും അതു ദർശനത്തിന്റെ ഭാഗമായിട്ടല്ല വളർന്നത്. ഭാരതത്തിലെ ധർമശാസ്ത്രത്തിന്റെ ചരിത്രവും ഉള്ളടക്കവും വളരെ വലുതാണ്. എന്നാൽ തത്വശാസ്ത്രവും ധർമശാസ്ത്രവും തമ്മിൽ പൊരുത്തം വളരെ കുറവായി

രുന്നു ഇവിടെ. വ്യക്തിജീവിതത്തിലെയും സാമൂഹികജീവിതത്തിലെയും ആചാരങ്ങളെയാണു ഭാരതത്തിലെ ധർമശാസ്ത്രം മുഖ്യമായി പ്രതിപാദിക്കുന്നത്.

സൗന്ദര്യശാസ്ത്രം കലയുടെ തത്വശാസ്ത്രമാകുന്നു. ഭാരതത്തിൽ അത് അലങ്കാരശാസ്ത്രമെന്ന പേരിലാണ് അറിയപ്പെട്ടത്. ഭാരതീയകാവ്യതത്വശാസ്ത്രജ്ഞനായ വാമനൻ അലങ്കാരത്തെ നിർവചിച്ചിരിക്കുന്നത് സൗന്ദര്യം എന്നാണ്. അതുകൊണ്ട് അലങ്കാരശാസ്ത്രമെന്നാൽ സൗന്ദര്യശാസ്ത്രം തന്നെ.

തത്വശാസ്ത്രത്തിന്റെ നിർവചനം

തത്വശാസ്ത്രത്തെ നിർവചിക്കുക എന്നതു വളരെ ശ്രമകരമായ ഒരു യത്നമാണ്. നിർവചനം എന്ന പദം ഇംഗ്ലീഷിലെ ഡെഫിനിഷൻ (definition) എന്ന പദത്തിന്റെ അർഥത്തിൽ പ്രയോഗിക്കുന്നതിൽ ചില പരിമിതികളുണ്ട്. ഭാരതീയതത്വശാസ്ത്രത്തിൽ ഡെഫിനിഷൻ എന്നതിനു സമാനമായി ഉപയോഗിക്കുന്നത് ലക്ഷണം എന്ന പദമാണ്. ഭാരതീയ തർക്കശാസ്ത്രത്തിൽ ലക്ഷണത്തിന്റെ ലക്ഷണം പറഞ്ഞിട്ടുണ്ട്. അവ്യാപ്തി, അതിവ്യാപ്തി, അസംഭവം എന്ന മൂന്നു ദോഷങ്ങളുമില്ലാത്തതായിരിക്കണം ലക്ഷണം. ഏതിന്റെ ലക്ഷണമാണോ പറയുന്നത് അതു ലക്ഷ്യം. തത്വശാസ്ത്രത്തിന്റെ ലക്ഷണം പറയുമ്പോൾ തത്വശാസ്ത്രം ലക്ഷ്യം. ലക്ഷണം ലക്ഷ്യത്തിൽ എല്ലായിടത്തും ഇല്ലെങ്കിൽ അവ്യാപ്തി ദോഷം. ലക്ഷണം ലക്ഷ്യമല്ലാത്തിടത്തും ഉണ്ടെങ്കിൽ അതിവ്യാപ്തി ദോഷം. ലക്ഷണം ലക്ഷ്യത്തിൽ ഒരിടത്തും ഇല്ലെങ്കിൽ അസംഭവദോഷം. ചുരുക്കത്തിൽ തത്വശാസ്ത്രത്തിന്റെ ലക്ഷണം എല്ലാ തത്വശാസ്ത്രത്തിനും ചേരുന്നതും തത്വശാസ്ത്രമല്ലാത്തതിനു ചേരാത്തതും ആയിരിക്കണം.

തത്വത്തിന്റെ അഥവാ തത്വങ്ങളുടെ ശാസ്ത്രം തത്വശാസ്ത്രം എന്നത്രേ തത്വശാസ്ത്രപദത്തിന്റെ വ്യുൽപ്പത്തികൊണ്ടു കിട്ടുന്ന ലക്ഷണം. യാതൊന്നുകൊണ്ടാണോ തത്വം അഥവാ യാഥാർഥ്യം ദർശിക്കുന്നത് അഥവാ അറിയുന്നത് അതു ദർശനം.

*അർഥശാസ്ത്ര*ത്തിന്റെ കർത്താവായ കൗടില്യൻ ആന്വീക്ഷികി എന്ന പദം തത്വശാസ്ത്രത്തെ മൊത്തത്തിൽ കുറിക്കാനായി ഉപയോഗിച്ചിട്ടുണ്ട്. എല്ലാ ശാസ്ത്രങ്ങളുടെയും ദീപവും എല്ലാ പ്രവർത്തനങ്ങളുടെയും ഉപായവും എല്ലാ ധർമങ്ങളുടെയും അവലംബവുമാണു തത്വശാസ്ത്രം എന്നത്രേ കൗടില്യൻ *അർഥശാസ്ത്ര*ത്തിൽ പറഞ്ഞിട്ടുള്ളത്.

വിജ്ഞാനത്തിന്റെ സമാർജനമാണു തത്വശാസ്ത്രമെന്നും തത്വശാസ്ത്രജ്ഞന്റെ മനോവികാരം അത്ഭുതമാണെന്നും അത്ഭുതത്തിൽ നിന്നാണു തത്വശാസ്ത്രം ആരംഭിക്കുന്നതെന്നും പ്ലേറ്റോ പറയുന്നു.

ചിന്തയുടെ ലോകത്തു സ്വന്തം കാലഘട്ടം ഗ്രഹിക്കാൻ കഴിയുന്നത് എന്തോ അതാണു തത്വശാസ്ത്രമെന്നു ഹെഗൽ.

പ്രപഞ്ചത്തെ മാറ്റിത്തീർക്കാനുതകുന്ന പ്രപഞ്ചവ്യാഖ്യാനമാണു തത്വശാസ്ത്രമെന്നു കാൾ മാർക്സ്.

തത്വശാസ്ത്രമെന്നാൽ പ്രകൃതിയുടെ വാസ്തവവിവരണം, പകർപ്പ്, പ്രതിബിംബം, തനിയാവർത്തനം, വെറും പ്രതിധ്വനി-അതിൽക്കവിഞ്ഞ് ഒന്നുമല്ല എന്നു ഫ്രാൻസിസ് ബേക്കൺ.

അമൂർത്തവും സാർവത്രികവും വ്യത്യസ്തവുമായ സങ്കൽപ്പനങ്ങളിലൂടെ പ്രപഞ്ചത്തിന്റെ ആന്തരപ്രകൃതിയെ ആകമാനം ആവർത്തിക്കുക, അങ്ങനെ ആ പ്രതിബിംബിതപ്രതിച്ഛായയെ യുക്തിബോധത്തിനുപയോഗിക്കാൻ തക്കവിധം ശാശ്വതസങ്കൽപ്പനങ്ങളായി നിക്ഷേപിക്കുക- ഇതിൽക്കവിഞ്ഞ് ഒന്നുമല്ല തത്വശാസ്ത്രം എന്ന് ആർതർ ഷോപ്പനർ.

യുക്തിയുടെ പരിമിതികൾ ഗ്രഹിക്കുക എന്നതാണു ശരിയായ തത്വശാസ്ത്രം എന്ന് ഫ്രീദ്രിഹ് നീറ്റ്ഷേ.

ബുദ്ധിയുടെയും സത്യത്തിന്റെയും പഠനമാണു തത്വശാസ്ത്രം എന്ന് ജോർജ് ബർക്കിലി.

പ്രസ്താവയോഗ്യംപോലുമല്ലാത്തവിധം വളരെ ലളിതമായ ചിലതിൽനിന്നു തുടങ്ങി ആരുമേ വിശ്വസിക്കാൻ ഇടയില്ലാത്തവിധം അത്ഭുതകരമായ ചിലതിൽ കൊണ്ടവസാനിപ്പിക്കുന്ന ചിന്തയാണ് തത്വശാസ്ത്രം എന്ന് ബർട്രാന്റ് റസ്സൽ.

തത്വശാസ്ത്രം എന്നത് ഒരു സിദ്ധാന്തമല്ല, പ്രവൃത്തിയാണ്. ഒരു തത്വശാസ്ത്രകൃതി തീർച്ചയായും ഒരുപാടു വിശദീകരണങ്ങളുൾക്കൊള്ളുന്നതായിരിക്കും. തത്വശാസ്ത്രത്തിന്റെ ഫലം ഏതാനും പുതിയ ദാർശനികപ്രതിജ്ഞകളായിക്കൂടാ, നിലവിലുള്ള പ്രതിജ്ഞകളെ നിഗമനരൂപത്തിലെത്തിക്കലായിരിക്കണം. അവ്യക്തവും കലുഷിതവുമായ ധാരണകളുടെ വ്യക്തത കൈവരുത്തുന്നതും അതിരുകൾ കൃത്യമായി നിർണയിക്കുന്നതും ആയിരിക്കണം തത്വശാസ്ത്രം എന്ന് ലുഡ്വിഗ് വിറ്റ്ഗൻസ്റ്റൈൻ.

ചുറ്റുപാടുമുള്ള ലോകവുമായുള്ള മനുഷ്യന്റെ ബന്ധത്തെ വെളിപ്പെടുത്തുമ്പോൾത്തന്നെ തത്വശാസ്ത്രം അവനെ സംബന്ധിച്ചിടത്തോളം ജീവൽപ്രധാനങ്ങളായ പ്രശ്നങ്ങൾ കൈകാര്യം ചെയ്യുന്നു. പക്ഷേ, തത്വശാസ്ത്രവും ലൗകികപ്രജ്ഞയെന്നുപറയുന്നതും തമ്മിൽ വ്യത്യാസമുണ്ട്. സൈദ്ധാന്തികജ്ഞാനത്തിന്റെ ഒരു രൂപമെന്ന നിലയ്ക്ക് തത്വശാസ്ത്രം അതിന്റെ പ്രമേയങ്ങൾ തെളിയിക്കാനും അവയെ കൃത്യമായി പ്രതിപാദിക്കാനും ശ്രമിക്കുന്നു. മനുഷ്യന്റെ ജീവിതത്തിന്റെയും പ്രവർത്തനത്തിന്റെയും തികച്ചും വൈവിധ്യമാർന്ന തുറകളെ സ്പർശിക്കുന്ന

അനേകം വസ്തുതകളെ സാമാന്യവൽക്കരിക്കുകയും അപഗ്രഥിക്കുകയും ചെയ്യുന്നതിന്റെ ഫലമായിട്ടാണ് അതിന്റെ തത്വങ്ങളും മുഖ്യധാരണകളും രൂപംകൊള്ളുന്നത്.

തന്റെ മൂർത്തമായ ജീവിതസാഹചര്യങ്ങളോടുള്ള മനുഷ്യന്റെ അന്യാദൃശവും വൈവിധ്യപൂർണവുമായ ബന്ധങ്ങളും അവന്റെ ജീവിതപഥവും തത്വശാസ്ത്രത്തിന്റെ പഠനവിഷയമല്ല. ഓരോ മനുഷ്യനിലും രണ്ടു മനുഷ്യരടങ്ങിയിട്ടുണ്ടെന്നു പറയാം - അവന്റെ വ്യക്തിപരമായ ചെറിയ അഹമാണ് ഒന്ന്. അതിൽ അവന്റെ വരുംവരായ്കകളുടെയും ജീവിതസാഹചര്യങ്ങളുടെയും തനിമ പ്രതിഫലിക്കുന്നു. മനുഷ്യനെ സമൂഹത്തിന്റെയും മുഴുവൻ മാനവരാശിയുടെയും ഭാഗമാക്കിത്തീർക്കുന്ന വലിയ അഹമാണു മറ്റേത്. മനുഷ്യന്റെ വലിയ അഹത്തെ നേരിടുന്ന പ്രശ്നങ്ങളെയാണ്, മനുഷ്യന്റെ അസ്തിത്വത്തിന്റെ സാമാന്യപ്രശ്നങ്ങളെയാണ്, തത്വശാസ്ത്രം കൈകാര്യം ചെയ്യുന്നത്.

എന്താണു തത്വശാസ്ത്രമെന്ന ചോദ്യത്തിന് ഇനി ഇങ്ങനെ മറുപടി നൽകാൻ കഴിയും. ലോകവീക്ഷണമാണ് അത്. പ്രകൃതിലോകത്തെയും സാമൂഹ്യലോകത്തെയും മനുഷ്യന് അതിലുള്ള സ്ഥാനത്തെയും സംബന്ധിച്ച കാഴ്ചപ്പാടും, ആ ലോകത്തെ മനസിലാക്കാനും മാറ്റിയെടുക്കാനുമുള്ള സാധ്യതകളുടെ അപഗ്രഥനവുമാണ് അത്. എന്നാലതേ സമയം തന്നെ, നേടിയ അറിവിന്റെ അടിസ്ഥാനത്തിൽ പ്രവർത്തിക്കേണ്ടത് ആവശ്യമാണെന്ന ദൃഢവിശ്വാസം കൂടിയാണ് അത്. അറിവും വിലയിരുത്തലും ചേർന്നുള്ള, അറിവും ബോധ്യവും ചേർന്നുള്ള, വൈകാരികവും യുക്തിപരവും ചേർന്നുള്ള, ഒരു സമ്മിശ്രമാണ് അത്. അതുകൊണ്ടു സൈദ്ധാന്തികമായ ജ്ഞാനത്തിന്റെ ഒരു സവിശേഷരൂപമാണ് തത്വശാസ്ത്രം. മനുഷ്യന്റെ മുഴുവൻ അനുഭവത്തിന്റെയും വസ്തുനിഷ്ഠമായ സാമാന്യവൽക്കരണം മാത്രമല്ല അതിലടങ്ങിയിരിക്കുന്നത്. ആ അനുഭവത്തിൽ മനുഷ്യനെ സംബന്ധിച്ചിടത്തോളം ഏറ്റവും പ്രധാനപ്പെട്ടവയെ വേർതിരിച്ചെടുക്കൽ കൂടിയാണ് അത്.

മുമ്പ് തത്വശാസ്ത്രം പ്രകൃതിയുടെയും സമൂഹത്തിന്റെയും നിലനിൽപ്പിന്റെ അനേകം പ്രശ്നങ്ങളെ അനശ്വരതയുടെ വീക്ഷണകോണിൽനിന്നു പരിഹരിച്ചതായും രണ്ടിന്റേയും നിയമങ്ങളെ എന്നെന്നേക്കുമായി നിശ്ചയിച്ചതായും അവകാശപ്പെട്ടു. ഇന്നാകട്ടെ, തനി വ്യക്തിപരമായ മാനുഷികാസ്തിത്വത്തിന്റെ, ചെറിയ അഹത്തിന്റെ നിലപാടിൽ നിന്ന്- മനുഷ്യരുടെ കൊച്ചുകൊച്ചു ക്ലേശങ്ങളുടെയും ഭീതികളുടെയും ഉൽക്കണ്ഠകളുടെയും നിലപാടിൽനിന്ന്, ലോകത്തെ നോക്കിക്കാണുകയെന്ന സവിശേഷമനോഭാവത്തെ ലോകവീക്ഷണത്തിന്റെ സാമാന്യപ്രശ്നങ്ങളുടെ സ്ഥാനത്ത് അവരോധിക്കാൻ ചില തത്വചിന്തകർ ശ്രമിക്കുന്നു. ഉദാഹരണത്തിന് അസ്തിത്വവാദികൾ. അസ്തിത്വവാദികളായ ദാർശനികർക്കു സഹജമായ ഒരു നിലപാടാണ് ഇത്.

അങ്ങനെ ചിലർ തത്വശാസ്ത്രത്തെ ലോകത്തിന്റെ നിയമങ്ങളെക്കുറിച്ചുള്ള പഠനമായി ചുരുക്കുന്നു. മനുഷ്യൻ പ്രസ്തുത ലോകത്തിന്റെ ഒരംശം മാത്രമല്ല, അതിനെ മാറ്റിമറിക്കുന്നവൻ കൂടിയാണെന്ന സംഗതി അവർ വിസ്മരിക്കുന്നു. വേറെ ചിലർ തത്വശാസ്ത്രത്തെ വ്യക്തികളുടെ വികാരങ്ങളിൽ അലിയിച്ചു ചേർക്കുന്നു. എല്ലാ മാനുഷികവികാരങ്ങളും ലോകവുമായുള്ള മനുഷ്യന്റെ പരസ്പരപ്രവർത്തനത്തിന്റെ ഫലമാണെന്നും അവ ശൂന്യതയിൽനിന്നു പൊട്ടിമുളയ്ക്കുന്നവയല്ലെന്നുമുള്ള വസ്തുത അവർ അവഗണിക്കുന്നു. മനുഷ്യനും പ്രകൃതിയും തമ്മിലുള്ള പ്രവർത്തനമാണ് തത്വശാസ്ത്രത്തിന്റെ യഥാർഥമായ അതിരുകളെ നിർണയിക്കുന്നത്. തത്വശാസ്ത്രം പ്രപഞ്ചത്തെയും മനുഷ്യനെയും മാനവരാശിയെ മൊത്തത്തിലും ഭരിക്കുന്ന ഏറ്റവും സാമാന്യമായ നിയമങ്ങളെക്കുറിച്ചു പഠനം നടത്തുന്നു. മനുഷ്യനും സമൂഹവും തമ്മിലും മനുഷ്യനും പ്രകൃതിയും തമ്മിലുമുള്ള ഐക്യത്തിന്റെ അടിത്തറകളെക്കുറിച്ചുതന്നെയാണ് അതു പഠനം നടത്തുന്നത്.

ചുറ്റുപാടുമുള്ള ലോകവുമായി മനുഷ്യനുള്ള ബന്ധങ്ങൾ അങ്ങേയറ്റം വൈവിധ്യമാർന്നതാണ്. ഈ കെട്ടുപാടുകളുടെയും ബന്ധങ്ങളുടെയും ബാഹുല്യത്തിനിടയിൽ പ്രകൃതിലോകത്തിന്റെയും സാമൂഹ്യലോകത്തിന്റെയും അടിസ്ഥാനപരമായ മുഖ്യസംഗതി വേർതിരിച്ചെടുക്കാൻ കഴിയുമോ? ഇനി നാം പരിശോധിക്കാൻ പോകുന്നത് ഈ പ്രശ്നമാണ്.

തത്വശാസ്ത്രത്തിലെ അടിസ്ഥാനപരമായ പ്രശ്നങ്ങൾ

എന്താണു തത്വശാസ്ത്രത്തിലെ മുഖ്യപ്രശ്നം? ഇതുസംബന്ധിച്ചുതന്നെ വിവിധദർശനങ്ങൾക്കിടയിൽ അഭിപ്രായവ്യത്യാസമുണ്ട്. ഇക്കാണുന്ന സകലപ്രപഞ്ചത്തിന്റെയും അടിസ്ഥാന യാഥാർഥ്യം അല്ലെങ്കിൽ പ്രാഥമികസത്യം എന്താണ്? ഇതത്രേ ദർശനത്തിലെ മുഖ്യപ്രശ്നം. ഇതിന്റെ അനുബന്ധമായി മറ്റൊരു പ്രശ്നം കൂടിയുണ്ട്. ആ അടിസ്ഥാനയാഥാർഥ്യം അഥവാ പ്രാഥമികസത്യം നമ്മുടെ അറിവിനു വിഷയമാകുമോ? മറ്റൊരു വിധത്തിൽ പറഞ്ഞാൽ, ദർശനത്തിലെ മുഖ്യപ്രശ്നത്തിനു രണ്ടുവശങ്ങളുണ്ട്. ഒന്ന് അസ്തിത്വത്തിന്റെ പ്രശ്നം, രണ്ട് അസ്തിത്വത്തെക്കുറിച്ചുള്ള ജ്ഞാനത്തിന്റെ പ്രശ്നം. മൂന്നാമതൊരു വിധത്തിൽ പറഞ്ഞാൽ, അടിസ്ഥാനയാഥാർഥ്യത്തെ അല്ലെങ്കിൽ പ്രാഥമികസത്യത്തെ സംബന്ധിച്ചു സത്താശാസ്ത്രപരവും ജ്ഞാനശാസ്ത്രപരവുമായ രണ്ടു പ്രശ്നങ്ങളുണ്ട്. അസ്തിത്വവും ബോധവും തമ്മിലുള്ള ബന്ധം വളരെ പ്രധാനമാകുന്നു. അസ്തിത്വവും ബോധവും തമ്മിലുള്ള ബന്ധം എന്ത്? ദർശനത്തിൽ പ്രശ്നങ്ങളുടെ ബഹളമാണെന്നു പറയാം. മുൻപു പറഞ്ഞതുപോലെ പ്രശ്നങ്ങളിൽനിന്നാണു ദർശനം തന്നെ ഉണ്ടായിവന്നത്. ദർശനത്തിലെ എല്ലാ പ്രശ്നങ്ങളും ഒരുതരത്തിൽ അല്ലെങ്കിൽ മറ്റൊരുതരത്തിൽ അന്തിമമായി അസ്തിത്വവും ബോധവും തമ്മിലുള്ള ബന്ധം എന്തെന്ന പ്രശ്നത്തിൽ ചെന്നെത്തും.

അസ്തിത്വം, ബോധം എന്നിവയിൽ ഏതാണു പ്രാഥമികം? ഇതാണ് പ്രശ്നത്തിന്റെ കാതൽ. അസ്തിത്വമാണോ ബോധത്തെ നിർണയിക്കുന്നത് അതോ ബോധം അസ്തിത്വത്തെ നിർണയിക്കുകയാണോ? ഈ പ്രശ്നത്തിനുത്തരം കാണാതെ മറ്റു പ്രശ്നങ്ങൾക്കുത്തരം കാണാനാവുകയില്ല. അതുകൊണ്ട് തത്വശാസ്ത്രത്തിന്റെ ഈ മൗലികപ്രശ്നത്തിനുത്തരം കാണുന്നതിലൂടെയാണ് ഓരോ ദർശനവും ദർശനമാകുന്നത്.

തത്വശാസ്ത്രങ്ങളുടെ വൈവിധ്യം

മൂവായിരത്തോളം വർഷത്തെ ചരിത്രമാണു ദർശനത്തിനുള്ളത്. മനുഷ്യരാശിയുടെ മൊത്തം ചരിത്രത്തിന്റെ പശ്ചാത്തലത്തിൽ നോക്കുമ്പോൾ മൂവായിരം വർഷം വലിയ ഒരു കാലയളവല്ല. എന്നാൽ തൊട്ടു മുൻപു കഴിഞ്ഞ മൂവായിരം കൊല്ലം എന്നു പറയുമ്പോൾ, അതത്ര ചെറുതല്ല. എന്നുമാത്രമല്ല, മാനവരാശിയുടെ ചരിത്രത്തിലെ ഏറ്റവും വലിയ പുരോഗതിയുടെ കാലഘട്ടം തൊട്ടുമുൻപുകഴിഞ്ഞ മൂവായിരം വർഷമാണെന്നു കാണാം. മനുഷ്യജീവിതത്തിന്റെ എല്ലാ മണ്ഡലങ്ങളിലും വമ്പിച്ച വളർച്ചയ്ക്കു സാക്ഷ്യം വഹിച്ച കാലഘട്ടമാണത്. ദർശനത്തിന്റെ രംഗത്തും വലിയ വളർച്ചയാണ് ഉണ്ടായത്.

നാളിതുവരെ ഉണ്ടായിട്ടുള്ള ദർശനങ്ങളുടെ എണ്ണം തിട്ടപ്പെടുത്തുക എന്നത് അത്ര എളുപ്പമുള്ള ഒരു കാര്യമല്ല. ദർശനങ്ങളെ എണ്ണിത്തിരിക്കുന്നതിന് അവലംബമാക്കുന്ന മാനദണ്ഡങ്ങൾ തന്നെ പലതാണ്. ഉപജ്ഞാതാവ്, ദേശം, കാലം, ഉള്ളടക്കം തുടങ്ങിയ ഘടകങ്ങളെ ആശ്രയിച്ചു ദർശനങ്ങളെ എണ്ണാറുണ്ട്. പ്ലേറ്റോയുടെ ദർശനം, അരിസ്റ്റോട്ടിലിന്റെ ദർശനം, ഉദ്ദാലകന്റെ ദർശനം, കണാദന്റെ ദർശനം, ശ്രീശങ്കരന്റെ ദർശനം എന്നൊക്കെ എണ്ണുന്നതു ദർശനത്തിന്റെ ഉപജ്ഞാതാവിനെ ആശ്രയിച്ചാകുന്നു. പാശ്ചാത്യദർശനം, യവനദർശനം, പൗരസ്ത്യദർശനം, ഭാരതീയദർശനം എന്നൊക്കെ എണ്ണുന്നതു ദർശനം രൂപംകൊണ്ട പ്രദേശത്തെ ആശ്രയിച്ചാകുന്നു. പ്രാചീനദർശനം, മധ്യകാലീനദർശനം, ആധുനികദർശനം എന്നൊക്കെ എണ്ണുന്നതു കാലത്തെ ആശ്രയിച്ചാകുന്നു. ഭൗതികദർശനം, ആത്മീയദർശനം എന്നൊക്കെ എണ്ണുന്നത് ദർശനത്തിന്റെ ഉള്ളടക്കത്തെ ആശ്രയിച്ചാണ്. ജൈനദർശനം, ബൗദ്ധദർശനം, ഹൈന്ദവദർശനം, ഇസ്ലാമികദർശനം, ക്രൈസ്തവദർശനം എന്നൊക്കെ

എണ്ണുന്നത് ദർശനത്തെ മതത്തോടു ബന്ധപ്പെടുത്തിയാണ്. കഴിഞ്ഞ മൂവായിരം കൊല്ലങ്ങൾക്കിടയ്ക്കു സാമാന്യം പ്രസിദ്ധന്മാരായ രണ്ടായിരത്തിൽപ്പരം ദാർശനികന്മാർ ജീവിച്ചിരുന്നിട്ടുണ്ട്. ഉപജ്ഞാതാവിനെ ആശ്രയിച്ചു ദർശനത്തിനു പേരിടുകയാണെങ്കിൽ രണ്ടായിരത്തിൽപ്പരം ദർശനങ്ങൾ ഉണ്ടാവുമെന്നു ചുരുക്കം.

തത്വശാസ്ത്രങ്ങളുടെ ശ്രേണിവിഭജനം

തൊട്ടു മുമ്പു പറഞ്ഞതുപോലെ ദർശനത്തെ വിഭജിക്കുന്നതിനു പല മാനദണ്ഡങ്ങളുണ്ട്. ഉള്ളടക്കത്തെ ആസ്പദമാക്കിയുള്ള വിഭജനമാണ് അടിസ്ഥാനപരമായിട്ടുള്ളത്. ഉള്ളടക്കത്തെ ആശ്രയിച്ചുള്ള ദർശനവിഭജനക്രമങ്ങൾ തന്നെ പലതുണ്ട്. അവയെല്ലാം അടിസ്ഥാനപരമോ ഒരുപോലെ പ്രധാനമോ ആണെന്നു പറഞ്ഞുകൂടാ. ഏറ്റവും പ്രധാനം ദർശനത്തിലെ മുഖ്യപ്രശ്നത്തിന് ഓരോ ദർശനവും നൽകുന്ന ഉത്തരത്തിന്റെ അടിസ്ഥാനത്തിലുള്ള വിഭജനക്രമമാകുന്നു.

ദർശനത്തിലെ മുഖ്യപ്രശ്നത്തിന് ഓരോ ദർശനവും നൽകുന്ന ഉത്തരത്തിന്റെ അടിസ്ഥാനത്തിൽ ദർശനങ്ങളെ രണ്ടു മുഖ്യശ്രേണികളായി വിഭജിക്കാം. പാശ്ചാത്യദർശനങ്ങളിൽ ഈ ശ്രേണിവിഭജനം ആശയവാദം (idealism), ഭൗതികവാദം (materialism) എന്നിങ്ങനെയാകുന്നു. ഭാരതീയദർശനങ്ങളിൽ അത് ആസ്തികദർശനം, നാസ്തികദർശനം എന്നിങ്ങനെയാകുന്നു. രണ്ടു ശ്രേണിവിഭജനക്രമങ്ങളും തമ്മിൽ മൗലികമായ വ്യത്യാസമൊന്നുമില്ല. ആത്മീയവാദം-ഭൗതികവാദം, സേശ്വരവാദം-നിരീശ്വരവാദം, ബ്രഹ്മവാദം-പ്രപഞ്ചവാദം, ആത്മവാദം-വസ്തുവാദം എന്നിങ്ങനെയുള്ള ദ്വന്ദ്വപ്രയോഗങ്ങളെല്ലാം ഫലത്തിൽ ആശയവാദം-ഭൗതികവാദം എന്ന ദ്വന്ദ്വത്തിൽ അന്തർഭവിക്കുന്നു.

ആശയവാദം, ഭൗതികവാദം എന്നു ദർശനങ്ങളെ രണ്ടു ശ്രേണികളായി വിഭജിക്കുന്നത് അവയുടെ സത്താശാസ്ത്രപരമായ സിദ്ധാന്തങ്ങളുടെ അടിസ്ഥാനത്തിലാണ്. സത്താശാസ്ത്രപരമായ സിദ്ധാന്തങ്ങളെ അടിസ്ഥാനമാക്കിയുള്ള ദർശനവിഭാഗങ്ങൾ തന്നെ വേറെയുമുണ്ട്. ദ്വൈതവാദം(dualism), അദ്വൈതവാദം (monism), ബഹുത്വവാദം (pluralism), പ്രായോഗികതാവാദം(pragmatism), സാധ്യവാദം (positivism), നിഷേധ

വാദം (negativism) തുടങ്ങിയവയാണവ.

സത്താശാസ്ത്രപരമായ സിദ്ധാന്തങ്ങളെ ആസ്പദമാക്കിയുള്ള ദർശനവിഭാഗങ്ങൾപോലെതന്നെ ജ്ഞാനശാസ്ത്രപരമായ സിദ്ധാന്തങ്ങളെ ആസ്പദമാക്കിയുള്ള ദർശനവിഭാഗങ്ങളുമുണ്ട്. യുക്തിവാദം (rationalism), ഇന്ദ്രയാനുഭവവാദം (empiricism), സന്ദേഹവാദം (skepticism) തുടങ്ങിയവയാണവ.

തത്വശാസ്ത്രത്തിൽ ഇവ അധികവും ആശയവാദം-ഭൗതികവാദം, വസ്തുനിഷ്ഠവാദം-ആത്മനിഷ്ഠവാദം, കേവലവാദം-വൈരുധ്യവാദം, അദ്വൈതം-ദ്വൈതം എന്നിങ്ങനെ വാദദ്വന്ദ്വങ്ങളായിട്ടാണ് അറിയപ്പെടുന്നത്.

പാശ്ചാത്യപൗരസ്ത്യഭേദം

പാശ്ചാത്യരായ തത്വശാസ്ത്രജ്ഞന്മാർ തത്വശാസ്ത്രത്തിന്റെ ചരിത്രം പാശ്ചാത്യദേശത്തുനിന്നു തുടങ്ങി. പൗരസ്ത്യരായ തത്വശാസ്ത്രജ്ഞന്മാർ പൗരസ്ത്യദേശത്തുനിന്നു തുടങ്ങി. പാശ്ചാത്യദർശനമെന്നും പൗരസ്ത്യദർശനമെന്നുമുള്ള വിഭജനം ദർശനത്തിലെ മുഖ്യ പ്രശ്നത്തെ അടിസ്ഥാനമാക്കിയുള്ള ഒന്നല്ല. എങ്കിലും മറ്റു വിജ്ഞാനശാഖകളുടെ കാര്യത്തിൽ എന്നതുപോലെ തത്വശാസ്ത്രത്തിന്റെ കാര്യത്തിലും പാശ്ചാത്യമെന്നും പൗരസ്ത്യമെന്നുമുള്ള ഭേദവ്യവഹാരം നിലവിലുണ്ട്. ചിലരെങ്കിലും പാശ്ചാത്യപൗരസ്ത്യഭേദത്തെ ദർശനത്തിലെ ഒരു മുഖ്യപ്രശ്നമാക്കി ഉയർത്തിക്കാണിക്കാൻ ശ്രമിച്ചിട്ടുണ്ട്. ചിലർ തത്വശാസ്ത്രത്തെ പാശ്ചാത്യമെന്നും ദർശനത്തെ പൗരസ്ത്യമെന്നും, വിശേഷിച്ചു ഭാരതീയമെന്നും, വ്യവഹരിക്കാനുള്ള ശ്രമവും നടത്തിയിട്ടുണ്ട്. വാസ്തവത്തിൽ ഇമ്മാതിരി വാദങ്ങൾക്കൊന്നിനും അടിസ്ഥാനമില്ല. മറ്റെല്ലാ വിജ്ഞാനങ്ങളുടേയും കാര്യത്തിലെന്നപോലെ തത്വശാസ്ത്രത്തിന്റെ അഥവാ ദർശനത്തിന്റെ കാര്യത്തിലും ആഗോളതലത്തിലുള്ള ഒരു സമഗ്രസമീപനമാണ് ആവശ്യം. ഗണിതശാസ്ത്രത്തെയോ രാഷ്ട്രതന്ത്രത്തെയോ പാശ്ചാത്യമെന്നും പൗരസ്ത്യമെന്നും അടിസ്ഥാനപരമായി വിഭജിക്കാനാവാത്തതുപോലെ തത്വശാസ്ത്രത്തെയും അങ്ങനെ വിഭജിക്കാനാവില്ല. എന്നാൽ വ്യവഹാരത്തിനുവേണ്ടി തീർച്ചയായും തത്വശാസ്ത്രത്തെയും പാശ്ചാത്യമെന്നും പൗരസ്ത്യമെന്നും വേർതിരിക്കുന്നതിൽ തെറ്റില്ല.

പാശ്ചാത്യദേശങ്ങളും പൗരസ്ത്യദേശങ്ങളും തമ്മിൽ കഴിഞ്ഞകാലത്തു നിലനിന്നിരുന്ന വിടവ് പല സങ്കുചിതവീക്ഷണങ്ങൾക്കും കാരണമായിട്ടുണ്ട്. യൂറോപ്പ് കേന്ദ്രീകൃതവാദം (Euro-centrism), ഏഷ്യ കേന്ദ്രീകൃതവാദം (Asia-centrism) തുടങ്ങിയവ അത്തരത്തിലുള്ള സങ്കുചിതവീക്ഷണങ്ങളാണ്. തത്വശാസ്ത്രത്തിന്റെ ചരിത്രം യൂറോപ്പിൽ തുടങ്ങി യൂറോപ്പിൽതന്നെ അവസാനിപ്പിക്കുന്ന സമീപനമാണ് യൂറോപ്പ് കേന്ദ്രീകൃതവാദം. യൂറോപ്പിനു പുറത്ത് വിശേഷിച്ച് ഇന്ത്യ, ചൈന തുടങ്ങിയ

പൗരസ്ത്യദേശങ്ങളിൽ തത്വശാസ്ത്രമേ ഉണ്ടായിരുന്നില്ല എന്ന മട്ടിൽ പാടെ അവഗണിക്കുന്ന സമീപനമാണത്. അതിനുനേരെ വിപരീതമായി തത്വശാസ്ത്രത്തിന്റെ ചരിത്രം ഏഷ്യയിൽ തുടങ്ങി ഏഷ്യയിൽത്തന്നെ അവസാനിപ്പിക്കുന്ന സമീപനമാണ് ഏഷ്യ-കേന്ദ്രീകൃതവാദം. ഏഷ്യയ്ക്കുപുറത്ത് വിശേഷിച്ചു യൂറോപ്പിൽ തത്വശാസ്ത്രമേ ഉണ്ടായിരുന്നില്ല എന്ന മട്ടിൽ പാടെ അവഗണിക്കലാണ് ആ സമീപനത്തിന്റെ ഫലം.

എല്ലാത്തരം സങ്കുചിതവീക്ഷണങ്ങളും തത്വശാസ്ത്രത്തിന്റെ അന്തസ്സത്തയ്ക്ക് എതിരാണ്. തത്വശാസ്ത്രത്തിന്റെ അന്തസ്സത്ത ആവശ്യപ്പെടുന്നതു തികച്ചും സാർവലൗകികമായ ഒരു വീക്ഷണമാണ്. അങ്ങനെയൊരു വീക്ഷണമില്ലാത്തപക്ഷം തത്വശാസ്ത്ര സംബന്ധമായിത്തന്നെ സത്യസന്ധമായ ധാരണകൾക്കു പകരം തെറ്റായ ധാരണകളിൽ ചെന്നുചാടും. ഒരുദാഹരണം ചൂണ്ടിക്കാണിക്കാം:

സംശയം എന്ന ആശയം ദെക്കാർത്തിന്റെ ഒരു സംഭാവനയാണ് എന്നും സംശയം എന്ന ആശയം ഉന്നയിക്കുകവഴി അദ്ദേഹം ശാസ്ത്രത്തിൽ ഒരു പുതിയ യുഗം ഉദ്ഘാടനം ചെയ്തു എന്നുമൊക്കെ പാശ്ചാത്യദാർശനികന്മാർ പറയാറുണ്ട്. എന്നാൽ ദെക്കാർത്തിന്നും എത്രയോ മുമ്പ് തത്വശാസ്ത്രലോകത്ത്, പൗരസ്ത്യതത്വശാസ്ത്രലോകത്ത്, വിശേഷിച്ചു ഭാരതീയതത്വശാസ്ത്രലോകത്ത് എത്രയോ പ്രചാരം നേടിയ ഒരു ആശയമാണത്.

ഈ പ്രപഞ്ചത്തിന്റെ ആരംഭത്തിൽ സത്താണോ അസത്താണോ ഉണ്ടായിരുന്നത് എന്ന സംശയം ഉന്നയിക്കുന്ന മന്ത്രം *ഋഗ്വേദ*ത്തിൽനിന്നു തന്നെ മുമ്പ് ഉദ്ധരിക്കുകയുണ്ടായല്ലോ. *ഉപനിഷത്തു*കളിൽ വളരെ പ്രചാരത്തിലിരുന്ന ഒന്നാണു സംശയരൂപത്തിൽ ചോദ്യങ്ങളുന്നയിക്കുകയും അവയ്ക്കു നിശ്ചയരൂപത്തിൽ മറുപടി പറയുകയും ചെയ്യുന്ന രീതി. ചോദ്യോത്തരദർശനം എന്ന പേരിൽ അതു പിൽക്കാലത്തു പ്രസിദ്ധമായി. അതു വികസിപ്പിച്ചു പിൽക്കാലത്ത് അധികരണരീതി എന്നൊരു ഭാഷ്യരചനാരീതി തന്നെ രൂപപ്പെടുത്തുകയുണ്ടായി ശങ്കരാചാര്യർ. ബാദരായണന്റെ *ബ്രഹ്മസൂത്ര*ത്തിനു ലഭ്യമായ ആദ്യത്തെ ഭാഷ്യം ശങ്കരാചാര്യരുടേതാണ്. ഭാഷ്യത്തിലൂടെ ശങ്കരാചാര്യർ അദ്വൈതവേദാന്തസിദ്ധാന്തങ്ങൾ ആവിഷ്കരിക്കുന്നത് അധികരണരീതിയെ അവലംബിച്ചാണ്. പിൽക്കാലത്തു വേദാന്തത്തിൽ മാത്രമല്ല ഭാഷ്യരചനാരംഗത്താകെ പ്രസിദ്ധമായിത്തീർന്നതാണ് ആ രീതി. വിഷയമവതരിപ്പിക്കുക, സംശയമുന്നയിക്കുക, പൂർവപക്ഷം പറയുക, അതു നിഷേധിച്ചുകൊണ്ടു സിദ്ധാന്തം ആവിഷ്കരിക്കുക, സിദ്ധാന്തത്തിന്റെ സാംഗത്യം ഉറപ്പാക്കുക-ഇതാണ് അധികരണരീതിയുടെ സ്വഭാവം. സമാനമായി പാശ്ചാത്യദർശനത്തിൽ വിഷയം (thesis), പൂർവപക്ഷം (antithesis), സിദ്ധാന്തം (synthesis) എന്നു പ്രസിദ്ധമായ ത്രിത്വരീതി (triad method)യാണുള്ളത്.

സമീപകാലത്തായി സങ്കുചിതവീക്ഷണങ്ങളെ മറികടന്നു സാർവദേശീയമായ സമീപനം തത്വശാസ്ത്രരംഗത്തു ബലപ്പെട്ടുവരുന്നുണ്ട്. ഇല

ക്ട്രോണിക് മാധ്യമങ്ങൾ ലോകത്തിലെ എല്ലാ രാഷ്ട്രങ്ങളും തമ്മിലുള്ള അകലം വളരെയധികം ലഘൂകരിച്ചിരിക്കുന്നു. വിൽ ഡുറന്റ് (Will Durant 1885-1981) *തത്വശാസ്ത്രത്തിന്റെ കഥ* (Story of Philosophy) എന്ന പേരിൽ എഴുതിയ പുസ്തകത്തിൽ പാശ്ചാത്യതത്വചിന്തയുടെ കഥ മാത്രമേ പറഞ്ഞിട്ടുള്ളൂ. ഇപ്പോൾ തത്വശാസ്ത്രത്തിന്റെ കഥ എഴുതുന്ന ഒരാൾ തീർച്ചയായും പാശ്ചാത്യദേശങ്ങളിലേയും പൗരസ്ത്യദേശങ്ങളിലേയും തത്വശാസ്ത്രങ്ങളുടെ കഥ സമഗ്രമായി പ്രതിപാദിക്കുകതന്നെ ചെയ്യും, ചെയ്യണം. റോബർട്ട് ഔഡി പ്രസാധനം ചെയ്തിട്ടുള്ള *തത്വശാസ്ത്രത്തിന്റെ കേംബ്രിഡ്ജ് നിഘണ്ടു* (*Cambridge Dictionary of Philosophy* 1995) പരിശോധിച്ചുനോക്കുക. പാശ്ചാത്യദർശനങ്ങൾക്കാണ് അതിൽ പ്രാധാന്യമെങ്കിലും അത്യാവശ്യം വേണ്ടുന്ന പൗരസ്ത്യ തത്വശാസ്ത്രജ്ഞന്മാരെയും അവരുടെ സിദ്ധാന്തങ്ങളേയും അതിൽ ചേർത്തിട്ടുണ്ട്. ശങ്കരാചാര്യർ, അദ്വൈതം തുടങ്ങിയവ ഉദാഹരണം.

യൂറോപ്പ് കേന്ദ്രീകൃതവാദത്തെയും ഏഷ്യ കേന്ദ്രീകൃതവാദത്തെയും അവഗണിച്ചുകൊണ്ട് സന്തുലിതമായ ഒരു സാർവലൗകിക വീക്ഷണം തത്വശാസ്ത്രത്തിന്റെ ചരിത്രത്തിൽ ആദ്യമായി സ്വീകരിച്ചതു സോവിയറ്റ് ദാർശനികന്മാരാണ്, അങ്ങനെ ഒരു പുതിയ കീഴ്വഴക്കം സൃഷ്ടിക്കാൻ അവർക്കു കഴിഞ്ഞു. തത്വശാസ്ത്രത്തിലെ മുഖ്യപ്രശ്നത്തെയും അതിന് ഓരോ തത്വശാസ്ത്രവും നൽകുന്ന ഉത്തരത്തെയും അടിസ്ഥാനമാക്കി തത്വശാസ്ത്രങ്ങളുടെ ശ്രേണിവിഭജനം നടത്തുന്ന കാര്യത്തിലും സോവിയറ്റ് തത്വശാസ്ത്രജ്ഞന്മാർ വലിയ സംഭാവന ചെയ്തു. ഭാരതത്തിൽ വളരെ മുമ്പുതന്നെ നിലവിലിരുന്നതാണ് ആ ശ്രേണി വിഭജനം. പാരമ്പര്യരീതിയിൽത്തന്നെ ഭാരതീയദർശനങ്ങളെ വിഭജിച്ചിരുന്നത് ആസ്തികമെന്നും നാസ്തികമെന്നുമാണ്. യൂറോപ്പിൽ അത് ആശയവാദമെന്നും ഭൗതികവാദമെന്നുമുള്ള വിഭജനമായിരുന്നു. ആ വിഭജനരീതിക്കു കൂടുതൽ പ്രാധാന്യം കൊടുത്തു സോവിയറ്റു തത്വശാസ്ത്രജ്ഞന്മാർ.

ആശയവാദം-ആസ്തികദർശനം (Idealism-Orthodox Philosophy)

ഇംഗ്ലീഷിലെ 'ഐഡിയലിസം' എന്നതിനു തുല്യമായിട്ടാണ് ആശയവാദം എന്ന പദം പ്രയോഗിക്കുന്നത്. അസ്തിത്വം, ബോധം എന്നിവയിൽ ബോധമാണു പ്രാഥമികം എന്നു സിദ്ധാന്തിക്കുന്ന ദർശനമാണ് ആശയവാദം. ബോധമെന്നു പറയുമ്പോൾ കേവലബോധം തന്നെ ആയിക്കൊള്ളണമെന്നില്ല. ബോധരൂപമോ ബോധയുക്തമോ ആയ എന്തുമാകാം അത്. ആ നിലയ്ക്കാണ് ആത്മീയവാദം, ബ്രഹ്മവാദം, ഈശ്വരവാദം എന്നിവയെല്ലാം പര്യായങ്ങളാവുന്നത്. വാദം, ചിന്ത, ദർശനം, മതം, തത്വശാസ്ത്രം, തത്വചിന്ത എന്നിവയും പര്യായങ്ങളായി ഉപയോഗിച്ചുവരുന്നു. ആശയം, ആത്മാവ്, ബ്രഹ്മം, ഈശ്വരൻ എന്നിവയെല്ലാം ഒന്നു

കിൽ ബോധരൂപം അല്ലെങ്കിൽ ബോധയുക്തമായ തത്വമാകുന്നു. അവയുടെ അസ്തിത്വം പ്രപഞ്ചനിരപേക്ഷമാണ് അല്ലെങ്കിൽ പ്രപഞ്ചാസ്തിത്വത്തിനു പുറത്താണെന്നാണ് ആശയവാദം സിദ്ധാന്തിക്കുന്നത്. അങ്ങനെ പ്രപഞ്ചനിരപേക്ഷമായി അല്ലെങ്കിൽ പ്രപഞ്ചാതീതമായി ഒരു പ്രപഞ്ചകാരണം ഉണ്ട് എന്നു പറയുന്നതുകൊണ്ടാണ് അങ്ങനെ പറയുന്ന ദർശനത്തെ ആസ്തികദർശനം എന്നു പറയുന്നത്.

അഷ്ടാധ്യായി അഥവാ പാണിനീയം എന്ന സംസ്കൃതത്തിന്റെ വ്യാകരണമെഴുതിയ ആചാര്യനാണ് ക്രിസ്തുവിനുമുൻപ് നാലാം നൂറ്റാണ്ടിൽ ജീവിച്ചിരുന്ന പാണിനി. അദ്ദേഹം നാസ്തികാസ്തികശബ്ദങ്ങളെപ്പറ്റി പറഞ്ഞിട്ടുണ്ട്. "അസ്തി നാസ്തി ദിഷ്ടം മതിഃ" (*പാണിനീയം* 4-4-60) എന്നാണു *പാണിനീയ*ത്തിലെ സൂത്രം. അസ്തി=ഉണ്ട്. മതിഃ=ബുദ്ധി, അറിവ് ഉണ്ട് എന്നു കരുതുന്നവൻ ആസ്തികൻ. നാസ്തി=ഇല്ല. ഇല്ല എന്നു കരുതുന്നവൻ നാസ്തികൻ. ദിഷ്ടം=ഭാഗ്യം. ഭാഗ്യത്തിൽ വിശ്വസിക്കുന്നവൻ ദൈഷ്ടികൻ. ഇതാണു സൂത്രത്തിന്റെ അർഥം. ഇങ്ങനെ ശബ്ദങ്ങളുടെ അർഥം പറയുമ്പോഴും എന്ത് ഉണ്ട് അല്ലെങ്കിൽ ഇല്ല എന്ന കാര്യത്തിൽ സംശയനിവൃത്തി വരുന്നില്ല. *പാണിനീയ*സൂത്രത്തിന്റെ അർഥം വിശദീകരിക്കുന്ന വൃത്തി വരരുചി എഴുതിയിട്ടുണ്ട്. വൃത്തിയിൽ പരലോകം ഉണ്ട് എന്നു കരുതുന്നവൻ ആസ്തികൻ ഇല്ലെന്നു കരുതുന്നവൻ നാസ്തികൻ എന്നാണ് വരരുചി അർഥം പറഞ്ഞിരിക്കുന്നത്. എന്തായാലും ഈ പ്രപഞ്ചത്തിന്റെ നിയാമകകേന്ദ്രമായി പ്രപഞ്ചനിരപേക്ഷമായ, പ്രപഞ്ചാതീതമായ ഒരു മൂലതത്വം ഉണ്ടെന്നു സിദ്ധാന്തിക്കുന്ന ദർശനമാണ് ആസ്തികദർശനം. ഇവിടെ ഒരു കാര്യം വിശേഷിച്ച് ഓർമിക്കേണ്ടതുണ്ട്. ആശയവാദത്തിന്റെ പര്യായമായി ആത്മീയവാദം, ഈശ്വരവാദം, ബ്രഹ്മവാദം തുടങ്ങിയവ ഉപയോഗിക്കാറുണ്ടെങ്കിലും അതാതു വാദത്തിലെ ആശയം, ഈശ്വരൻ, ബ്രഹ്മം എന്നിവയെക്കുറിച്ചുള്ള സങ്കൽപ്പം ഒന്നുതന്നെയാണ് എന്നു ധരിക്കരുത്. അവ വ്യത്യസ്തങ്ങളാണ്. ഈശ്വരവാദവും ബ്രഹ്മവാദവും ആത്മീയവാദവും ആശയവാദങ്ങളാണെന്നു പറയുന്നത് പ്രപഞ്ചാതീതമായ ഒരു മൂലാസ്തിത്വത്തെ അംഗീകരിക്കുന്നതുകൊണ്ടാണ്. മറിച്ച്, ആശയവാദമെല്ലാം ഈശ്വരവാദമാണോ എന്നു ചോദിച്ചാൽ അല്ല എന്നാണുത്തരം. ഈശ്വരനെ അംഗീകരിക്കാത്ത ആശയവാദമുണ്ട്. നിരീശ്വരവാദമായ ആശയവാദമുണ്ട് എന്നു ചുരുക്കം. എന്നാൽ ആശയവാദമല്ലാത്ത ഒരു ഈശ്വരവാദവുമില്ല. ഒരു ദർശനം ഈശ്വരവാദമാണോ എങ്കിൽ അത് ആശയവാദമാണ്.

ഭൗതികവാദം-നാസ്തികദർശനം (Materialism-Heterodox Philosophy)

ഇംഗ്ലീഷിലെ മെറ്റീരിയലിസം എന്ന പദത്തിനു തുല്യമായിട്ടാണ് ഭൗതികവാദം എന്ന പദം പ്രയോഗിക്കുന്നത്. അസ്തിത്വം, ബോധം എന്നിവയിൽ അസ്തിത്വമാണു പ്രാഥമികം എന്നു ഭൗതികവാദം പറയുന്നു.

അസ്തിത്വം എന്നതുകൊണ്ടുദ്ദേശിക്കുന്നത് സത്തായ സകലതിനെയുമാണ്. വസ്തു എന്നും പറയാം. വസ്തു എന്നാൽ അസ്തിത്വമുള്ളത് എന്നാണ് അർഥം. ഇവിടെ പ്രപഞ്ചത്തിന്റെ മൗലികസത്തയെയാണുദ്ദേശിക്കുന്നത്. ആശയം അഥവാ ബോധം വസ്തുവിന്റെ വികാസത്തിന്റെ ഫലമായി ഉണ്ടാകുന്നതാണെന്നു ഭൗതികവാദം സിദ്ധാന്തിക്കുന്നു. പഞ്ചഭൂതങ്ങൾ അതായത് ആകാശം, വായു, തേജസ്, ജലം, പൃഥിവി എന്നിവയെയാണ് പ്രപഞ്ചത്തിന്റെ മൂലഘടകങ്ങളായി എണ്ണിയിരുന്നത്. അതിൽനിന്നാണു ഭൗതികവാദം എന്ന പേർ വന്നത്. പ്രപഞ്ചനിരപേക്ഷമായ, പ്രപഞ്ചാതീതമായ ഒരു പ്രപഞ്ചകാരണത്തെ ഭൗതികവാദം അംഗീകരിക്കുന്നില്ല. വസ്തുവാദം, അനാത്മവാദം, നിരീശ്വരവാദം എന്നിവയെല്ലാം ഫലത്തിൽ ഭൗതികവാദം തന്നെയാണ്. നാസ്തികദർശനം എന്നാണു ഭാരതീയമായ വ്യവഹാരം. ആസ്തികദർശനമെന്നതിന്റെ നേരെ വിപരീതമായ അർഥമാണ് അതിനുള്ളത്.

തത്വശാസ്ത്രത്തിലെ വാദദ്വന്ദ്വങ്ങൾ

മൂവായിരം വർഷത്തോളം വരുന്ന ദർശനത്തിന്റെ ചരിത്രത്തിൽ പരസ്പരവിരുദ്ധങ്ങളായ ഒട്ടേറെ വാദദ്വന്ദ്വങ്ങൾ ഉണ്ടായിട്ടുണ്ട്. ദർശനത്തിന്റെ ചരിത്രത്തിലെ ഏറ്റവും പ്രധാനപ്പെട്ട വാദദ്വന്ദ്വം ആശയവാദഭൗതികവാദങ്ങളുടേതാകുന്നു. ചിലർ ആശയവാദത്തിന്റെ നേരെ വിപരീതം എന്ന നിലയിൽ യാഥാർഥ്യവാദത്തെ അവതരിപ്പിക്കാറുണ്ട്. അതു ശരിയല്ല. ദർശനത്തിലെ മുഖ്യവൈരുധ്യം ആശയവാദവും ഭൗതികവാദവും തമ്മിലാകുന്നു. ദർശനത്തിന്റെ ചരിത്രം ആശയവാദവും ഭൗതികവാദവും തമ്മിലുള്ള സമരത്തിന്റെ ചരിത്രമാകുന്നു. വിവിധതരത്തിലുള്ള ആശയങ്ങൾ തമ്മിലുള്ള സംഘർഷം കൂടുതൽ വ്യക്തമായ ആശയങ്ങൾ ഉണ്ടാകുന്നതിലേക്കാണു നയിച്ചിട്ടുള്ളതെന്നു ദർശനത്തിന്റെ ചരിത്രം തെളിയിക്കുന്നു. സത്യത്തെക്കുറിച്ചുള്ള അന്വേഷണത്തിൽ ഒറ്റയടിക്കു ശരിയായ ഉത്തരം കണ്ടെത്താൻ കഴിഞ്ഞില്ലെന്നു വരാം. ഒരാളുടെ കണ്ടെത്തൽ മറ്റൊരാളുടെ കണ്ടെത്തലുമായി പൊരുത്തപ്പെട്ടില്ലെന്നും വരാം. അതുകൊണ്ടാണ് അവ തമ്മിൽ സംഘർഷങ്ങൾ ഉണ്ടാകുന്നതും പുതിയ പുതിയ വാദങ്ങൾ ഉടലെടുക്കുന്നതും. ദർശനത്തിലെ വാദദ്വന്ദ്വങ്ങളെക്കുറിച്ചുള്ള അറിവ് ദർശനപഠനത്തിനു സഹായകമാകുന്നു. വാദദ്വന്ദ്വങ്ങളിൽ പ്രധാനമായവയെക്കുറിച്ചുമാത്രം ഇവിടെ പ്രതിപാദിക്കാം.

ആശയവാദം-ഭൗതികവാദം (Idealism-Materialism)

മുൻപു പറഞ്ഞതുപോലെ തത്വശാസ്ത്രത്തിലെ ഏറ്റവും പ്രധാനപ്പെട്ട രണ്ടു വാദങ്ങൾ ആശയവാദവും ഭൗതികവാദവുമാകുന്നു. ഇവ രണ്ടും തമ്മിലുള്ള സമരത്തെ ആവശ്യത്തിലധികം പെരുപ്പിക്കുന്നു ഭൗതികവാദികൾ എന്നൊരു പരാതിയുണ്ട്. ആ സമരത്തെ പെരുപ്പിച്ചു കാണി

ക്കുന്നതു ശരിയല്ലെങ്കിലും തത്വശാസ്ത്രത്തിന്റെ ചരിത്രം തന്നെ ആശയവാദവും ഭൗതികവാദവും തമ്മിലുള്ള സമരത്തിന്റെ ചരിത്രമാകയാൽ അതിന്റെ പ്രാധാന്യം ഒട്ടും കുറച്ചുകണ്ടുകൂടാ.

ആധുനികശാസ്ത്രത്തിന്റെ പുതിയ കണ്ടുപിടുത്തങ്ങളുടെ അടിസ്ഥാനത്തിൽ ചിലർ ഉന്നയിക്കുന്ന ഒരു അഭിപ്രായമുണ്ട്. മാറ്റർ (matter) അഥവാ വസ്തുവും എനർജി (energy) അഥവാ ഊർജവും തമ്മിൽ മൗലികമായ വ്യത്യാസമൊന്നുമില്ലെന്ന് ആധുനികശാസ്ത്രം തെളിയിച്ചിരിക്കുന്നതിനാൽ ആശയവാദവും ഭൗതികവാദവും തമ്മിലുള്ള സമരത്തിന്റെ സിദ്ധാന്തം അപ്രസക്തമായിരിക്കുന്നു എന്നതാണത്. എന്നാൽ ഈ വാദത്തിൽ വലിയ കഴമ്പൊന്നുമില്ല.

വസ്തുവും ഊർജവും തമ്മിൽ മൗലികമായ വ്യത്യാസമുണ്ടെന്ന അഭിപ്രായത്തെ ആസ്പദമാക്കിയല്ല ആശയവാദവും ഭൗതികവാദവും തമ്മിലുള്ള ഭേദം നിലകൊള്ളുന്നത്. എന്താണ് അടിസ്ഥാനസത്യം അഥവാ പ്രാഥമികസത്യം എന്നതാണു മുഖ്യപ്രശ്നം. ഈ പ്രപഞ്ചമാണു പ്രാഥമികസത്യം എന്നു ഭൗതികവാദവും അതല്ല പ്രപഞ്ചനിരപേക്ഷമായ, പ്രപഞ്ചാതീതമായ മൗലികാശയമാണതെന്ന് ആശയവാദവും സിദ്ധാന്തിക്കുന്നു. അടിസ്ഥാനയാഥാർഥ്യത്തെ സംബന്ധിച്ച അന്വേഷണത്തിൽ ദർശനങ്ങൾ എക്കാലത്തും ഏർപ്പെട്ടിട്ടുണ്ട്. ഭൗതികപ്രപഞ്ചമോ പ്രപഞ്ചാതീതമായ ആശയമോ അടിസ്ഥാനസത്യം എന്ന പ്രശ്നത്തിനു ഭൗതികപ്രപഞ്ചമാണ് അത് എന്നാണ് ഭൗതികവാദം എക്കാലത്തും നൽകിയിട്ടുള്ള ഉത്തരം. ലോകം ഭൗതികമാണെന്നും ബോധത്തെ ആശ്രയിക്കാതെ, ബോധത്തിനു വെളിയിൽ അതിനു നിലനിൽപ്പുണ്ടെന്നും കരുതുന്ന ദാർശനികസരണിയാണ് ഭൗതികവാദം. പ്രപഞ്ചത്തിന്റെ മൂലകാരണം പദാർഥരൂപമായാലും ശരി, ഊർജരൂപമായാലും ശരി, അതിനെ ആരും സൃഷ്ടിച്ചതല്ലെന്നും അതു നിരന്തരം വികസിച്ചുകൊണ്ടിരിക്കുന്നുവെന്നും ഭൗതികവാദം കരുതുന്നു. ബോധവും ചിന്തയും പദാർഥത്തിന്റെ ഏറ്റവും വികസിതരൂപമായ മനുഷ്യമസ്തിഷ്കത്തിന്റെ ധർമങ്ങളാണെന്നും ലോകവും അതിന്റെ നിയമങ്ങളും ജ്ഞേയമാണെന്നും അതു കരുതുന്നു. പ്രപഞ്ചത്തിന്റെ സ്വരൂപത്തെയും സ്വഭാവത്തെയും സംബന്ധിച്ചു ഭൗതികവാദത്തിന്റെ നിലപാട് എക്കാലത്തും ഒരുപോലെയായിരുന്നില്ല. അക്കാര്യത്തിൽ വളരുന്ന ശാസ്ത്രത്തിന്റെ വെളിച്ചത്തിൽ ഭൗതികവാദം തന്നെ പുതിയ പുതിയ കണ്ടെത്തലുകൾ നടത്തിയിട്ടുണ്ട്. അതുകൊണ്ടാണു ഭൗതികവാദങ്ങൾ തന്നെ ഏറ്റവും പ്രാചീനമായതിൽനിന്നുതുടങ്ങി ഏറ്റവും ആധുനികമായതുവരെ പലവിധം ഉള്ളത്.

ആത്മാവ്, ബോധം, ചിന്ത, മനസ്സ് - ഇതാണ് പ്രാഥമികമെന്നും, പ്രകൃതിയും പദാർഥവും ദ്വിതീയവും വ്യുൽപ്പന്നവുമാണെന്നും വാദിക്കുന്ന ദാർശനികസിദ്ധാന്തങ്ങൾക്കുള്ള പൊതുവായ പേരാണ് ആശയവാദമെന്നത്. തത്വശാസ്ത്രത്തിന്റെ മൗലികപ്രശ്നത്തിന്- അതായത്,

അസ്തിത്വവും ബോധവും തമ്മിലുള്ള ബന്ധമെന്ത്, വസ്തുവാണോ ആശയമാണോ പ്രാഥമികം എന്ന ചോദ്യത്തിനു - നൽകുന്ന ഉത്തരത്തിന്റെ കാര്യത്തിൽ ആശയവാദം ഭൗതികവാദത്തിനു നേർവിപരീതമാണ്. പ്രപഞ്ചനിരപേക്ഷമായ, പ്രപഞ്ചാതീതമായ അടിസ്ഥാനസത്യത്തെയാണ് ആശയവാദം എക്കാലത്തും അംഗീകരിച്ചിട്ടുള്ളതെങ്കിലും ആ അടിസ്ഥാനസത്യത്തിന്റെ സ്വരൂപത്തെയും സ്വഭാവത്തെയും സംബന്ധിച്ച് ആശയവാദവും പുതിയ പുതിയ ആശയങ്ങൾ അവതരിപ്പിച്ചിട്ടുണ്ട്. അതിന്റെ ഫലമായി ആശയവാദങ്ങളും പലവിധമുണ്ട്.

ആശയവാദവും ഭൗതികവാദവും പല പല പടവുകളും പിന്നിട്ടു വളരുകയായിരുന്നു. അതുകൊണ്ടാണു പലവിധം ആശയവാദങ്ങളും പലവിധം ഭൗതികവാദങ്ങളും തത്വശാസ്ത്രത്തിന്റെ ചരിത്രത്തിൽ ഉണ്ടായത്. എങ്കിലും മൗലികസത്യം എന്ത് എന്ന പ്രശ്നത്തിന് അതു പ്രപഞ്ചം തന്നെ എന്നുത്തരം നൽകുന്ന കാര്യത്തിൽ ഭൗതികവാദവും അതല്ല അതു പ്രപഞ്ചനിരപേക്ഷമായ, പ്രപഞ്ചാതീതമായതാണെന്നുത്തരം നൽകുന്നകാര്യത്തിൽ ആശയവാദവും ഒരിക്കലും വിട്ടുവീഴ്ച ചെയ്തിട്ടില്ല. ആശയവാദഭൗതികവാദദ്വന്ദ്വം ദർശനത്തിന്റെ ചരിത്രത്തിലെ അടിസ്ഥാനപരമായ വാദദ്വന്ദ്വമായി എന്നും നിലനിന്നുപോന്നിട്ടുണ്ടെന്നു ചുരുക്കിപ്പറയാം.

വസ്തുനിഷ്ഠവാദം-ആത്മനിഷ്ഠവാദം (Subjectivism-Objectivism)

സത്യത്തിന്റെ സ്വരൂപത്തെയും സ്വഭാവത്തെയും സംബന്ധിച്ചുള്ള അഭിപ്രായവ്യത്യാസങ്ങളിൽനിന്നാണ് ഈ വാദദ്വന്ദ്വം ഉണ്ടായിട്ടുള്ളത്. അറിവ് എന്ന പ്രക്രിയ ഏറ്റവും ചുരുങ്ങിയത് ഒരു കർത്താവിനെയും ഒരു വിഷയത്തെയും ആശ്രയിച്ചേ സംഭവിക്കുകയുള്ളൂ. മറ്റൊരു വിധത്തിൽ പറഞ്ഞാൽ, എല്ലാ അറിവും ഏതെങ്കിലും ഒരാൾക്കാണുണ്ടാകുന്നത്. എല്ലാ അറിവും ഏതെങ്കിലുമൊരു വിഷയത്തെക്കുറിച്ചാണുണ്ടാകുന്നത്. ഈ അറിവുണ്ടാകുന്നത് ആർക്കാണോ ആ ആളിനെയാണ് കർത്താവ് എന്നു പറയുന്നത്. അയാളുടെ മനസും ഇന്ദ്രിയങ്ങളുമൊക്കെ അറിവ് എന്ന പ്രക്രിയയിൽ പങ്കുവഹിക്കുന്നുണ്ട്. അറിവ് എന്തിനെക്കുറിച്ചാണോ അതാണു വിഷയം. അറിയുന്നയാളിന്റെ ഇഷ്ടാനിഷ്ടങ്ങളെയോ അറിവിനെത്തന്നെയോ ആശ്രയിച്ചാണോ വിഷയത്തിന്റെ നിലനിൽപ്പ് എന്നതാണു പ്രശ്നം. യാഥാർത്ഥ്യത്തെ വിഷയമാക്കിയുള്ള അറിവാകുമ്പോൾ പ്രശ്നം കൂടുതൽ പ്രാധാന്യമർഹിക്കുന്നു. സത്യം അതിനെ അറിയുന്ന ആളിന്റെ ഇഷ്ടാനിഷ്ടങ്ങളെയോ അറിവിനെയോ ആശ്രയിച്ചല്ല നിലകൊള്ളുന്നത്, സത്യത്തിനു തനതായ നിലനിൽപ്പുണ്ട് എന്നു വസ്തുനിഷ്ഠവാദം സിദ്ധാന്തിക്കുന്നു. വസ്തുനിഷ്ഠം എന്നു പറഞ്ഞാൽ വസ്തുവിൽത്തന്നെ ഉള്ളത് എന്നർഥം. വസ്തുവിന്റെ നിലനിൽപ്പിനു

വസ്തുവിൽനിന്നു വ്യത്യസ്തമായ ഒരു കാരണത്തെ ആശ്രയിക്കുന്നില്ലെങ്കിൽ അതാണു വസ്തുനിഷ്ഠം. ഇംഗ്ളീഷിലെ ഒബ്ജക്റ്റീവ് (objective) എന്ന പദത്തിന്റെ അർഥത്തിലാണു വസ്തുനിഷ്ഠം എന്ന പദം പ്രയോഗിക്കുന്നത്. ആത്മനിഷ്ഠപദമാകട്ടെ ഇംഗ്ളീഷിലെ സബ്ജക്റ്റീവ് (subjective) എന്ന പദത്തിന്റെ അർഥത്തിൽ പ്രയോഗിക്കപ്പെടുന്നു. ആത്മനിഷ്ഠപദത്തിനു പകരമായി കർതൃനിഷ്ഠം എന്നു പ്രയോഗിച്ചാലും തെറ്റില്ല. അറിയുന്ന ആളിനെ ആശ്രയിക്കുന്നത്, അയാളിൽ വർത്തിക്കുന്നത് അല്ലെങ്കിൽ ഉള്ളത് എന്നു കുറിക്കാനാണ് ആ പദം ഉപയോഗിക്കുന്നത്. ആത്മശബ്ദത്തിനു താൻ എന്നോ ബുദ്ധി എന്നോ ഇവിടെ അർഥം പറയാം. അറിയുന്ന ആളിന്റെ അറിവിനെയോ ഇഷ്ടാനിഷ്ടങ്ങളെയോ ആശ്രയിക്കുന്നതാണു സത്യത്തിന്റെ നിലനിൽപ്പെങ്കിൽ അതത്രേ ആത്മനിഷ്ഠസത്യം. ഇപ്പറഞ്ഞതിന്റെ അർഥം നമ്മുടെ ഇഷ്ടാനിഷ്ടങ്ങൾക്കു സത്യത്തിൽ യാതൊരു സ്വാധീനവുമില്ലെന്നല്ല. അതു തീർച്ചയായും ഉണ്ട്. പക്ഷേ, സത്യത്തിന്റെ നിലനിൽപ്പ് നമ്മുടെ ഇഷ്ടാനിഷ്ടങ്ങളെ ആശ്രയിച്ചാണോ എന്നതാണു പ്രശ്നം. ആണെന്നാണെങ്കിൽ അത് ആത്മനിഷ്ഠവാദം തന്നെ.

കേവലവാദം-വൈരുധ്യവാദം (Metaphysics-Dialectics)

ഇംഗ്ലീഷിലെ മെറ്റാഫിസിക്സ് (metaphysics) എന്ന പദത്തിന്റെ അർഥത്തിലാണ് കേവലവാദം എന്ന് ഇവിടെ പ്രയോഗിക്കുന്നത്. തത്വശാസ്ത്രത്തിൽ മെറ്റാഫിസിക്സ് എന്ന പദം രണ്ടർഥത്തിൽ പ്രയോഗിക്കുന്നുണ്ട്. തത്വശാസ്ത്രത്തിന്റെ നാലു ഭാഗങ്ങളിൽ ഒന്നായ സത്താശാസ്ത്രത്തെ കുറിക്കാനാണ് ഒരു പ്രയോഗം. അസ്തിത്വമുള്ളത് എന്തിന്നാണ്? അല്ലെങ്കിൽ മൗലികമായി നിലനിൽക്കുന്നത് എന്താണ് എന്നു ചിന്തിക്കുന്നത് സത്താശാസ്ത്രത്തിൽ (metaphysics) ആകുന്നു. സത്യത്തിന്റെ ഘടനയെ സംബന്ധിച്ച ഒരു സിദ്ധാന്തമെന്ന അർഥത്തിലാണു മെറ്റാഫിസിക്സ് എന്ന പദത്തിന്റെ മറ്റൊരു പ്രയോഗം. ഈ അർഥത്തിലാണു കേവലവാദം (metaphysics) എന്ന പദം ഇവിടെ പ്രയോഗിക്കുന്നത്. ചിലർ ഈ അർഥത്തിൽ കേവലവാദം എന്ന പദത്തിനു പകരം അതിഭൗതികവാദം എന്നു പ്രയോഗിക്കാറുണ്ട്. അതത്ര ഉചിതമാണെന്നു തോന്നുന്നില്ല. കാരണം അത് ഭൗതികാതീതമായതിനെയും കുറിക്കും.

കേവലവാദം യാഥാർഥ്യത്തെ സംബന്ധിച്ച ഒരു സിദ്ധാന്തമെന്നതിനെക്കാൾ പ്രധാനമായി യാഥാർഥ്യത്തോടുള്ള സമീപനത്തിന്റെ സിദ്ധാന്തമാകുന്നു. സത്യത്തെ ഒറ്റപ്പെട്ടതും മാറ്റമില്ലാത്തതുമായിട്ടാണു കേവലവാദം കാണുന്നത്. കേവലം എന്ന സംസ്കൃതപദത്തിന്റെ അർഥം തനിയെ, തനിച്ചുള്ളത് എന്നൊക്കെ ആകുന്നു.

കേവലപദത്തിന്റെ വിപരീതാർത്ഥത്തിൽ വൈരുധ്യപദം തത്വശാസ്ത്രത്തിൽ പ്രയോഗിക്കപ്പെടുന്നു. വൈരുധ്യവാദം എന്ന പദം ഇംഗ്ലീ

ഷിലെ ഡയലക്റ്റിക്സ് (dialectics) എന്ന പദത്തിന്റെ അർഥത്തിലാണ് ഉപയോഗിക്കുന്നത്. ദ്വന്ദ്വവാദം എന്നും വൈരുധ്യവാദത്തെ പറയാറുണ്ട്. വൈരുധ്യാത്മകവാദമെന്നും വൈരുധ്യാധിഷ്ഠിതവാദമെന്നും ദ്വന്ദ്വാത്മകവാദമെന്നും പ്രയോഗങ്ങൾ കാണുന്നുണ്ട്. വൈരുധ്യവാദം എന്ന പദമാണ് ചെറുതും ഉചിതവും എന്നു തോന്നുന്നു. യാഥാർഥ്യത്തെ വിരുദ്ധങ്ങളായ ഘടകങ്ങളുടെ ഒരു സംഘാതമായി കാണുന്ന സിദ്ധാന്തമാണു വൈരുധ്യവാദം. വൈരുധ്യത്തിൽനിന്നാണു ചലനവും വികാസവും ഉണ്ടാകുന്നത് എന്നു വൈരുധ്യവാദം സിദ്ധാന്തിക്കുന്നു.

അദ്വൈതവാദം-ദ്വൈതവാദം (Monism-Dualism)

മൗലികസത്യം അഥവാ അടിസ്ഥാനയാഥാർഥ്യം ഒന്നോ അതിലധികമോ? ഈ പ്രശ്നത്തിനു നൽകുന്ന ഉത്തരത്തിന്റെ അടിസ്ഥാനത്തിലാണ് ദ്വൈതവാദവും അദ്വൈതവാദവും വ്യത്യസ്തങ്ങളായിരിക്കുന്നത്. മൗലികയാഥാർഥ്യം ഒന്നു മാത്രമാണെന്ന് അദ്വൈതവാദം പറയുന്നു. അദ്വൈതപദത്തിനു രണ്ടില്ലാത്തത് എന്നർഥം.

സാധാരണ കണ്ടുവരുന്ന ഒരു മിഥ്യാധാരണ ഇവിടെ തിരുത്തേണ്ടിയിരിക്കുന്നു. അദ്വൈതം എന്നു കേട്ടാലുടനെ ശ്രീശങ്കരാചാര്യ(788–820)രുടെ അദ്വൈതവേദാന്തമാണതെന്നു ധരിച്ചുവശാകുന്നു ചിലർ. അദ്വൈതവും വേദാന്തവും രണ്ടാകുന്നു. അദ്വൈതം അടിസ്ഥാനസത്യം ഒന്നു മാത്രമാണെന്നു വാദിക്കുന്ന ഒരു സിദ്ധാന്തവും വേദാന്തം ഭാരതീയദർശനങ്ങളിൽ ഒന്നും ആകുന്നു. ശ്രീശങ്കരന്റെ ദർശനം അദ്വൈത ദർശനമാണ്. അതു വേദാന്തദർശനവുമാണ്. അതുകൊണ്ട് അതിന് അദ്വൈതവേദാന്തമെന്നു പേർ പറയുന്നു. എന്നാൽ അദ്വൈതദർശനങ്ങളും വേദാന്തദർശനങ്ങളും വേറെയുമുണ്ട്. അതിനാൽ അദ്വൈതമെന്നാൽ ശങ്കരാചാര്യരുടെ അദ്വൈതവേദാന്തം മാത്രമാണെന്നു ധരിക്കുന്നതു ശരിയല്ല.

അദ്വൈതവാദത്തിന്റെ നേരെ വിപരീതമായിട്ടാണു ദ്വൈതവാദം പ്രയോഗിക്കപ്പെടുന്നത്. ദ്വൈതമെന്ന പദത്തിന് രണ്ടായിട്ടിരിക്കുന്നത്, രണ്ടുള്ളത് എന്നാണർഥം. എന്നാൽ ഭാരതീയദർശനത്തിൽ ദ്വൈതപദം അടിസ്ഥാനസത്യം രണ്ടെന്നോ അതിലധികമെന്നോ വാദിക്കുന്ന എല്ലാ ദർശനങ്ങളെയും കുറിക്കാൻ ഉപയോഗിച്ചുവരുന്നു. അതുകൊണ്ടു ഭാരതീയദർശനത്തിൽ അടിസ്ഥാനസത്യത്തിന്റെ എണ്ണത്തെ ആസ്പദമാക്കി അദ്വൈതം അല്ലെങ്കിൽ ദ്വൈതം എന്നു രണ്ടു വിഭാഗങ്ങളേ ഉള്ളൂ. പാശ്ചാത്യദർശനത്തിലാവട്ടെ, അടിസ്ഥാനസത്യത്തിന്റെ എണ്ണത്തെ ആസ്പദമാക്കി അദ്വൈതം, ദ്വൈതം, ബഹുത്വവാദം എന്നു മൂന്നു വിഭാഗങ്ങളുണ്ട്.

യുക്തിവാദം-ഇന്ദ്രിയാനുഭവവാദം (Rationalism-Empiricism)

യുക്തിക്ക് അമിതപ്രാധാന്യം കൊടുക്കുന്ന സിദ്ധാന്തമാകുന്നു യുക്തിവാദം. യുക്തിക്കു നിരക്കാത്തതൊന്നും സത്യമല്ലെന്ന അതിരുക

ടന്ന വാദമാണത്. അതിനു നേരെ വിപരീതമത്രേ അനുഭവവാദം. അനുഭവത്തിൽ സത്യമല്ലാത്തതൊന്നും സത്യമല്ലെന്നു വാദിക്കുന്ന സിദ്ധാന്തമാണത്. ഇന്ദ്രിയാനുഭവവാദമെന്നും അനുഭവൈകവാദമെന്നും അതിനു പേരുണ്ട്. ഇന്ദ്രിയാനുഭൂതികളാണ് യഥാർഥജ്ഞാനത്തിന്റെ ഒരേയൊരു ഉറവിടമെന്നു കരുതുന്ന ദാർശനികസരണിയാണത്. ആശയവാദികളായ ഇന്ദ്രിയാനുഭവവാദികൾ അനുഭവത്തെ സംവേദനങ്ങളുടെ സാകല്യമായി ഒതുക്കിനിർത്തുകയും അനുഭവത്തിനടിസ്ഥാനം വസ്തുനിഷ്ഠയാഥാർഥ്യമാണെന്നതിനെ നിഷേധിക്കുകയും ചെയ്യുന്നു. ഭൗതികവാദികളായ ഇന്ദ്രിയാനുഭവവാദികൾ വസ്തുനിഷ്ഠമായി നിലനിൽക്കുന്ന ബാഹ്യലോകത്തെ ഇന്ദ്രിയാനുഭൂതികളുടെ സ്രോതസ്സായി കരുതുന്നു. അനുഭവത്തെ, അതിൽനിന്നുണ്ടാകുന്ന ജ്ഞാനത്തെ, കേവലമായും യുക്തിയിൽനിന്നുണ്ടാകുന്ന ജ്ഞാനത്തിന്റെ പങ്കിനെ വിലകുറച്ചും കാണുന്നുവെന്നതാണ് ഈ സരണിയുടെ രീതി. അനുഭവത്തിന് അത് അമിതപ്രാധാന്യം നൽകുന്നു. ഈ വാദങ്ങളെ യുക്തിമാത്രവാദമെന്നും അനുഭവമാത്രവാദമെന്നും പറയുന്നതായിരിക്കും കൂടുതൽ ശരി.

മറ്റു വാദങ്ങൾ

ഒന്നിലധികം ദ്വന്ദ്വങ്ങളിൽ പെടുന്ന വാദങ്ങളും ദർശനത്തിലുണ്ട്. അതിന്റെ ഉദാഹരണമാകുന്നു പരിണാമവാദം. ഇത് ആരംഭവാദ-പരിണാമവാദദ്വന്ദ്വത്തിലും പരിണാമവാദ-വിവർത്തവാദദ്വന്ദ്വത്തിലും പെടുന്ന വാദമാകുന്നു. ആരംഭവാദത്തിനു സൃഷ്ടിവാദമെന്നും പറയാം. പ്രപഞ്ചം മുൻപ് ഇല്ലാതിരുന്നതും പിന്നീട് നൂതനമായി ഉണ്ടായതുമാണെന്ന് ആരംഭവാദം അഥവാ സൃഷ്ടിവാദം പറയുന്നു. നടാടെ ഉണ്ടായി എന്നതിലാണ് ഊന്നൽ. പരിണാമവാദമാവട്ടെ പ്രപഞ്ചം നടാടെ സൃഷ്ടിക്കപ്പെട്ടതല്ല, മറിച്ച് പരിണമിച്ചുണ്ടായതാണെന്നു സിദ്ധാന്തിക്കുന്നു. വിവർത്തവാദം ഇതു രണ്ടിൽനിന്നും വ്യത്യസ്തമാകുന്നു. പ്രപഞ്ചം ഉണ്ടാകുന്നതുമില്ല പരിണമിക്കുന്നതുമില്ല എന്നത്രേ വിവർത്തവാദം പറയുന്നത്. പ്രപഞ്ചം ഉണ്ട് എന്നത് വെറും തോന്നലാണെന്നു വിവർത്തവാദം പറയുന്നു. ഇതു തന്നെയാണു മായാവാദം.

അദ്വൈതവേദാന്തദർശനത്തിന്റെ അവിഭാജ്യഘടകമാണ് മായാവാദം. ആശയവാദമായ അദ്വൈതവേദാന്തദർശനത്തിന് മായാവാദത്തെ ആശ്രയിക്കാതെ നിലനിൽപ്പില്ല. മായാവാദത്തെ ആശ്രയിച്ചാണ് അദ്വൈതവേദാന്തം ബ്രഹ്മത്തിന്റെ അദ്വൈതത്വം സ്ഥാപിക്കുന്നത്. ചുരുക്കത്തിൽ സത്യം-തത്വം-യാഥാർഥ്യം ഒന്നേ ഒന്നു മാത്രം എന്ന സിദ്ധാന്തമാണ് അദ്വൈതം.

മായാവാദത്തിന്റെ വ്യുൽപ്പത്തി പലവിധത്തിൽ പറയാം. അത് മായാപദത്തിന്റെ അർഥത്തെ ആശ്രയിച്ചിരിക്കും. മായയെ ഇങ്ങനെയാണ് നിർവചിച്ചിരിക്കുന്നത്.

നസദ്രൂപാ നാസദ്രൂപാ
മായാ നൈവോഭയാത്മികാ
സദസദ്ഭ്യാമനിർവാച്യാ
മിഥ്യാഭൂതാ സനാതനീ.

> അർഥം-മായ ഉള്ളതല്ല, ഇല്ലാത്തതല്ല, ഉണ്മയും ഇല്ലായ്മയും ചേർന്നതുമല്ല. ഉള്ളതെന്നോ ഇല്ലാത്തതെന്നോ നിർവചിക്കാനാവാത്തതെങ്കിലും എന്നും നിലനിൽക്കുന്ന ഒരു മിഥ്യയാണ് മായ.

നിർവചിക്കാനാവാത്ത മായയുടെ നിർവചനമാണിത് എന്നോർമിക്കണം. മായയ്ക്ക് ഇല്ലാത്തത് എന്ന് അർഥം പറയുന്നത് ശരിയല്ല. യാ (യാതൊന്നാണോ) മാ (ഇല്ലാത്തത്) അതു മായ എന്നാണ് മായയ്ക്ക് ഇല്ലാത്തത് എന്ന് അർഥം പറയുന്നവർ പറയുന്ന വ്യുൽപ്പത്തി. മായാതീതി മായാ (ഒരിക്കലും പോകാത്തത് അഥവാ ഇല്ലാതാവാത്തത്) എന്നു വ്യുൽപ്പത്തി പറയുന്നതാവും ശരി.

ഇത്രയും പറഞ്ഞതിൽനിന്ന് മായാവാദം പ്രപഞ്ചം ഇല്ലെന്നല്ല പറയുന്നത് എന്ന് കിട്ടിക്കാണുമെന്ന് വിചാരിക്കുന്നു. പിന്നെന്താണ് പറയുന്നത്? മിഥ്യയാണെന്ന്. മിഥ്യയെന്നു പറഞ്ഞാൽ പാരമാർഥികസത്യമല്ലാത്തത് എന്ന് ചുരുക്കിപ്പറയാം. മായാവാദമംഗീകരിക്കുന്ന അദ്വൈതവേദാന്തികൾ സത്യത്തിനു മൂന്നു തലങ്ങൾ കൽപ്പിക്കുന്നു. പാരമാർഥികം, വ്യാവഹാരികം, പ്രാതിഭാസികം എന്നിവയാണു സത്യത്തിന്റെ മൂന്നു തലങ്ങൾ. അരണ്ട വെളിച്ചത്തിൽ കയറു കണ്ടിട്ടു പാമ്പാണെന്നു ധരിക്കുന്നു. ആ കയറിലെ പാമ്പ് പ്രാതിഭാസികസത്യമാകുന്നു. ബ്രഹ്മസാക്ഷാൽക്കാരമുണ്ടാകുന്നതുവരെ ഇക്കാണുന്ന പ്രപഞ്ചവും അതിലുള്ള ചട്ടി, കലം, വട്ടി, കുട്ട തുടങ്ങി തൂണും തുരുമ്പും വരെ വ്യാവഹാരികസത്യമാണ്. കയറിലെ പാമ്പ് കയറല്ലാതെ മറ്റൊന്നുമല്ലാത്തതുപോലെ, പ്രപഞ്ചം അതിന്റെ അധിഷ്ഠാനമായ ബ്രഹ്മമല്ലാതെ മറ്റൊന്നുമല്ലെന്നാണ് അദ്വൈതവേദാന്തമതം. ബ്രഹ്മം മാത്രമത്രേ പാരമാർഥികസത്യം.

ദർശനത്തിന്റെ ചരിത്രത്തിൽ ഉണ്ടായിട്ടുള്ള വാദങ്ങളെല്ലാം ഓരോന്നായി എണ്ണിപ്പറഞ്ഞു വിശദീകരിക്കുന്നതിന് ദർശനത്തിന്റെ ചരിത്രം മൊത്തമായി തന്നെ പറയേണ്ടിവരും. പാശ്ചാത്യദർശനങ്ങളിൽ മാത്രമായും ഭാരതീയ ദർശനങ്ങളിൽ മാത്രമായും ഉപയോഗിക്കുന്ന ചില സാങ്കേതികവാദങ്ങളും ഉണ്ട്. അവയെല്ലാം ദർശനപഠനത്തിന്റെ ഭാഗമായി വിശദമായി മനസിലാക്കേണ്ടവയാണ്.

അജ്ഞേയതാവാദം, പ്രായോഗികതാവാദം, ഉപയോഗിതാവാദം, അസ്തിത്വവാദം, ആപേക്ഷികതാവാദം, ഇച്ഛാവാദം, വിധിനിഷ്ഠതാവാദം, സങ്കരവാദം, സംശയവാദം എന്നിങ്ങനെ പോയി വെറും വരട്ടുതത്വവാദം വരെയുള്ള ഒട്ടേറെ വാദങ്ങൾ ഉണ്ടായിട്ടുണ്ട്. ചില വാദഗതികളെ വേണ്ട

പോലെ പ്രതിപാദിക്കാനുള്ള പദാവലിതന്നെ മലയാളത്തിൽ ഇല്ല. ഇപ്പോൾ ദർശനത്തിന്റെ രംഗത്തു പ്രചാരത്തിലുള്ള ചില പദങ്ങളെങ്കിലും ഉചിതങ്ങളല്ലതാനും. ഈ ലഘുമുഖവുരയിൽ മുകളിൽപ്പറഞ്ഞ വാദങ്ങളെക്കുറിച്ചെല്ലാം പ്രതിപാദിക്കുക സാധ്യമല്ലല്ലോ. ഒടുവിൽ ചേർത്തിരിക്കുന്ന ശബ്ദാവലിയിൽ അവയുടെ അർഥം കൊടുത്തിട്ടുണ്ട്.

ആശയവാദപരമ്പര

ചരിത്രപശ്ചാത്തലത്തിൽ പരിശോധിക്കുമ്പോൾ ആശയവാദത്തിന്റെ ഉദയം മാനവരാശിയുടെ വളർച്ചയുടെ ഒരു സവിശേഷാവസ്ഥയെയാണ് കുറിക്കുന്നതെന്നു കാണാം. ഭാഷയും ചിന്തയും തമ്മിലുള്ള ബന്ധം വേർപിരിക്കാനാവാത്തതാകുന്നു. ഭാഷയുടെയും ചിന്തയുടെയും വളരെ വികാസം പ്രാപിച്ച ഒരു ദശയെയാണ് ആശയവാദം പ്രതിനിധാനം ചെയ്യുന്നത്. രണ്ടായിരത്തഞ്ഞൂറിൽപ്പരം വർഷങ്ങൾക്കുമുമ്പാണ് അത് ആവിർഭവിച്ചത്. തത്വശാസ്ത്രത്തിലെ രണ്ടു വിരുദ്ധചേരികളിലൊന്നിനെ കുറിക്കുന്നുവെന്ന അർഥത്തിൽ ആശയവാദം എന്ന വാക്ക് ആദ്യം രംഗത്തുവന്നത് 18-ാം നൂറ്റാണ്ടിന്റെ ആദ്യത്തിലാണ്.

ആശയരൂപമായ മൂലതത്വത്തെ സംബന്ധിച്ച കാഴ്ചപ്പാടനുസരിച്ച് ആശയവാദത്തിന് അനേകം വകഭേദങ്ങളുണ്ട്. ആശയവാദപരമ്പരയിലെ പ്രധാനപ്പെട്ട വകഭേദങ്ങളാണ് വസ്തുനിഷ്ഠാശയവാദം, ആത്മനിഷ്ഠാശയവാദം, അതീന്ദ്രിയാശയവാദം, വൈരുധ്യാത്മകാശയവാദം എന്നിവ. ഇവ ആശയവാദത്തിന്റെ വികാസത്തിന്റെ നാലു ദശകളെ കുറിക്കുകയും ചെയ്യുന്നു.

വസ്തുനിഷ്ഠ ആശയവാദം (Objective Idealism)

മനുഷ്യബോധത്തിനു വെളിയിൽ അതിനെ ആശ്രയിക്കാതെ നിലനിൽക്കുന്ന ഒരു ആത്മീയമൂലതത്വമുണ്ടെന്ന് വസ്തുനിഷ്ഠ ആശയവാദസരണിയിൽപ്പെട്ടവർ വിശ്വസിക്കുന്നു. ഉപനിഷത്തുകളിലെ ആശയവാദം പൊതുവെ വസ്തുനിഷ്ഠ ആശയവാദമാണ്. ആ ആശയവാദം ബാദരായണൻ *ബ്രഹ്മസൂത്രം* എന്ന സൂത്രഗ്രന്ഥത്തിൽ ക്രോഡീകരിച്ചു. *ബ്രഹ്മസൂത്ര*ത്തിനു ഭാഷ്യം എഴുതി ശങ്കരാചാര്യർ. ശങ്കരാചാര്യർ (788–820)

*ബ്രഹ്മസൂത്ര*ത്തിനു ഭാഷ്യമെഴുതുന്നതിനു മുമ്പുതന്നെ മാണ്ഡൂക്യോപ നിഷത്തിനു കാരിക (പദ്യരൂപത്തിലുള്ള വ്യാഖ്യാനം)കളെഴുതി ഗൗഡ പാദാചാര്യർ *അദ്വൈതവേദാന്തത്തി*ന്റെ അടിസ്ഥാനതത്വങ്ങൾ ആവിഷ്ക രിച്ചിരുന്നു. ശങ്കരാചാര്യർ ഗൗഡപാദരുടെ മാണ്ഡൂക്യകാരികകൾക്കു കൂടി ഭാഷ്യമെഴുതി അദ്വൈതവേദാന്തത്തെ പൂർണമായി വികസിപ്പിക്കുകയു ണ്ടായി.

അദ്വൈതവേദാന്തദർശനം വസ്തുനിഷ്ഠ ആശയവാദത്തിന്റെ ഉത്ത മമായ ഉദാഹരണമാണ്. ആത്യന്തികമായ സത്യം ബ്രഹ്മമാണ് എന്നാണ് അദ്വൈതവേദാന്തം സിദ്ധാന്തിക്കുന്നത്. ആ ബ്രഹ്മം വസ്തുനിഷ്ഠയാഥാർ ഥ്യമാണ് എന്നും അദ്വൈതവേദാന്തം ഉദ്ഘോഷിക്കുന്നു. ഒരു പടികൂടി കടന്നു പറഞ്ഞാൽ അദ്വൈതവേദാന്തസിദ്ധാന്തമനുസരിച്ച് ബ്രഹ്മം മാത്ര മാണു വസ്തുനിഷ്ഠയാഥാർഥ്യം, ബ്രഹ്മഭിന്നമായ മറ്റെല്ലാം മിഥ്യയാ ണെന്ന് അദ്വൈതവേദാന്തം പറയുന്നു.

ഗൗഡപാദരും ശങ്കരാചാര്യരുമാണ് ഏറ്റവും പ്രാചീനരും പ്രസിദ്ധ രുമായ വസ്തുനിഷ്ഠ ആശയവാദികൾ. അദ്വൈതവേദാന്തത്തെ വിക സിപ്പിച്ച മറ്റെല്ലാ ദാർശനികരും വസ്തുനിഷ്ഠ ആശയവാദികൾതന്നെ.

പ്രാചീന പാശ്ചാത്യദാർശനികന്മാരിൽ പ്ലേറ്റോ (ക്രി.മു.427-347), പ്ലോട്ടിനസ്സ് (204-270), പ്രോക്ലസ്സ് (412-417) എന്നിവർ വസ്തുനിഷ്ഠ ആ ശയവാദികളായിരുന്നു. ആധുനികപാശ്ചാത്യദാർശനികന്മാരിൽ ജർമൻ ദാർശനികരായ ജോഹൻ ഗോട്‌ലീബ് ഫിഹ്റ്റേ (1762-1840) എഫ് ഡബ് ളിയു ജോസഫ് ഷെല്ലിങ് (1775-1854), ജി ഡബ്ളിയു ഫ്രീദ്രിഹ് ഹെഗൽ (1770-1831) എന്നിവരാണ് വസ്തുനിഷ്ഠ ആശയവാദത്തിന്റെ വക്താക്കൾ. തത്വശാസ്ത്രത്തെ ശാസ്ത്രങ്ങളുടെ ശാസ്ത്രമെന്നു തറപ്പിച്ചുപറഞ്ഞ ഫിഹ്റ്റേ ജർമൻ ദാർശനികനായ ഇമ്മാനുവൽ കാന്റിന്റെ (1724-1804) അനുയായിയായിരുന്നു. പക്ഷേ, അദ്ദേഹം കാന്റിന്റെ ദർശനത്തെ അക്ഷ രാർഥത്തിൽ എടുക്കുന്നതിനു പകരം അതിന്റെ ആത്മാവിനെ സ്വീക രിച്ചു എന്നാണ് പൊതുവേ പറയുന്നത്. അടിസ്ഥാനസത്യം ആശയരൂപ മാണെങ്കിലും അതു വസ്തുനിഷ്ഠസത്യമാണ് എന്ന് ഫിഹ്റ്റേ അംഗീക രിച്ചു. ഫിഹ്റ്റേയുടെ ദർശനം അതീന്ദ്രിയ ആശയവാദം (Transce-ndental Idealism) എന്നാണ് അറിയപ്പെടുന്നത്.

വിശ്വപ്രശസ്തനായ ജർമൻ ദാർശനികനാണ് ഹെഗൽ. ഹെഗലിന്റെ ദർശനത്തിലെ ആത്യന്തികസത്യമായ സാർവലൗകികാത്മാവ് (Universal Spirit) വസ്തുനിഷ്ഠസത്യമാണ്. അതുകൊണ്ട് ഹെഗലിന്റെ ദർശനം വസ്തുനിഷ്ഠ ആശയവാദമാണ്.

ഹെഗലിന്റെ സുഹൃത്തായ ഷെല്ലിങ് ഫിഹ്റ്റേയുടെ വ്യാഖ്യാതാവു കൂടിയാണ്. ശാസ്ത്രവും ഗണിതശാസ്ത്രവും പഠിച്ച ഷെല്ലിങ് പ്രകൃതി യെയാണ് എല്ലാറ്റിന്റേയും ആധാരമായി കണ്ടത്. സ്വാഭാവികമായി ഷെല്ലി ങ്ങിന്റെ ദർശനത്തിൽ പ്രകൃതി വസ്തുനിഷ്ഠ ആശയമായി പ്രകീർത്തി ക്കപ്പെട്ടു. വസ്തുവിൽനിന്നാണു ബോധം ഉദയം ചെയ്യുന്നതെന്ന ഷെല്ലി

ങ്ങിന്റെ സിദ്ധാന്തം ഭൗതികവാദത്തോട് അടുത്തുനിൽക്കുന്നു. വസ്തുനിഷ്ഠ ആശയവാദികളെന്ന നിലയിൽ ഫിഹ്റ്റേയും ഹെഗലും ഷെല്ലിങ്ങും ഒരേ ചേരിയിലാണെങ്കിലും അവരുടെ ദർശനങ്ങൾക്ക് വിശദാംശങ്ങളിൽ വ്യത്യാസങ്ങളുണ്ട്. ഹെഗലിന്റെ ദർശനം വൈരുധ്യാത്മക-ആശയവാദ (Dialectical Idealism) മെന്നും ഷെല്ലിങ്ങിന്റെ ദർശനം സ്വഭാവവാദം (Naturalism) എന്നുമാണ് അധികവും അറിയപ്പെടുന്നത്.

ആത്മനിഷ്ഠ ആശയവാദം (Subjective Idealism)

ബുദ്ധദർശനം നാസ്തികദർശനമാണ് എന്ന് പാരമ്പര്യരീതിയിൽ ഭാരതീയദർശനങ്ങളെ വിഭജിക്കുന്നവർ തന്നെ പറയുന്നു. ഗൗതമബുദ്ധന്റെ കാലശേഷം ബുദ്ധദർശനത്തിനു വലിയ മാറ്റം വന്നു. ബുദ്ധമതം ഹീനയാനമെന്നും മഹായാനമെന്നും രണ്ടായി പിരിഞ്ഞു. മഹായാനമതക്കാരായ ബൗദ്ധന്മാരും ഹീനയാനമതത്തിൽപ്പെട്ട ബൗദ്ധന്മാരും തമ്മിൽ ദാർശനികരംഗത്തും വാദപ്രതിവാദങ്ങൾ നടന്നു. ഹീനയാനമതക്കാരാണു ബുദ്ധദർശനത്തിന്റെ വകഭേദക്കാരായ സൗത്രാന്തികന്മാരും വൈഭാഷികന്മാരും. മഹായാനമതക്കാരാണ് ബുദ്ധദർശനത്തിന്റെ മറ്റു രണ്ടു വകഭേദക്കാരായ യോഗാചാരന്മാരും മാധ്യമികന്മാരും.

ആത്മനിഷ്ഠ ആശയവാദത്തിന്റെ ഉദാഹരണമായി യോഗാചാരന്മാരുടെയും മാധ്യമികന്മാരുടെയും ദർശനങ്ങളെ കണക്കാക്കാം. യോഗാചാരന്മാരുടെ ദർശനം വിജ്ഞാനവാദം എന്നാണ് അറിയപ്പെടുന്നത്. മാധ്യമികന്മാരുടെ ദർശനം ശൂന്യവാദമെന്നും അറിയപ്പെടുന്നു.

വിജ്ഞാനവാദികളായ യോഗാചാരന്മാർ ബാഹ്യവസ്തുക്കളുടെ അസ്തിത്വത്തെ പാടെ നിഷേധിക്കുന്നു. ആത്മനിഷ്ഠമായ, അതായതു ജ്ഞാതാവിന്റെ ഉള്ളിൽത്തന്നെയുള്ള, വിജ്ഞാനധാരയിൽ മാത്രമാണ് യോഗാചാരന്മാർ വിശ്വസിക്കുന്നത്. ശൂന്യവാദികളായ മാധ്യമികന്മാരാവട്ടെ വിജ്ഞാനധാരയേയും നിഷേധിക്കുന്നു. സത്തയുള്ളതായി ഒന്നുമില്ലെന്നു വാദിക്കുന്ന അവർ ഫലത്തിൽ എല്ലാറ്റിനേയും നിഷേധിക്കുന്നു. നാഗാർജുനനാണ് (ക്രിസ്തു 200) മാധ്യമികന്മാരിൽ അഗ്രഗണ്യൻ.

പാശ്ചാത്യലോകത്ത് ഐറിഷ് തത്വചിന്തകനായ ജോർജ് ബർക്കിലി (1685-1753) യാണ് ആത്മനിഷ്ഠ ആശയവാദത്തിന്റെ ഉപജ്ഞാതാവായി അറിയപ്പെടുന്നത്. ഭൗതികവാദത്തിന്റെ എതിരാളിയായ ബർക്കിലി മനുഷ്യരുടെ ബോധത്തിന് അതീതമായി ജഡവസ്തുക്കൾ ഉണ്ടെന്ന വാദത്തെ പാടെ നിരാകരിച്ചു. വസ്തുക്കളുടെ അറിവിൽ ഇല്ലാത്ത വസ്തുക്കളുടെ അസ്തിത്വം തെളിയിക്കാനാവില്ല. അതുകൊണ്ടുതന്നെ വസ്തുക്കൾ അറിവിൽ നിന്നു ഭിന്നമായി നിലനിൽക്കുന്നില്ല എന്നാണു ബർക്കിലിയുടെ സിദ്ധാന്തം. നിലനിൽക്കുകയെന്നാൽ അറിയപ്പെടുക (to be is to be perceived) എന്നാണ് അർഥം എന്നത്രേ അദ്ദേഹം പറഞ്ഞത്. ബർക്കിലി അനുഭവമാത്രവാദിയുമായിരുന്നു.

അതീന്ദ്രിയ ആശയവാദം (Transcendental Idealism)

കാന്റിന്റെ അതീന്ദ്രിയ ആശയവാദത്തെ വസ്തുനിഷ്ഠ ആശയവാദത്തിൽനിന്നും ആത്മനിഷ്ഠ ആശയവാദത്തിൽനിന്നും വ്യത്യസ്തമായി കാണുന്നവരുണ്ട്. തത്വശാസ്ത്രരംഗത്തെ കാന്റിന്റെ സംഭാവന തീർച്ചയായും വിലമതിക്കേണ്ടതുണ്ട്. ആശയവാദത്തിന് അദ്ദേഹം പുതിയമാനം നൽകി. അന്തശ്ചേതന(noumenon)യെന്നും വസ്തുപ്രതിഭാസ (phenomenon)മെന്നും പ്രപഞ്ചത്തിന്റെ അടിസ്ഥാനഘടകങ്ങളെ കാന്റ് രണ്ടായി വിഭാവനം ചെയ്തു. വസ്തുപ്രതിഭാസങ്ങളെല്ലാം അവയെ സംബന്ധിച്ച അറിവിനെ ആശ്രയിച്ചാണു നിലനിൽക്കുന്നതെന്നും അറിവിനു വിധേയമല്ലാത്തിടത്തോളം അവ ഇല്ലാത്തതുപോലെ തന്നെയാണെന്നും കാന്റ് സിദ്ധാന്തിച്ചു. പ്രാപഞ്ചികവസ്തുക്കളെ പ്രാതിഭാസിക (phenomenal)ങ്ങളെന്ന് അദ്ദേഹം വിശേഷിപ്പിച്ചത് അതുകൊണ്ടാണ്. അപ്പോൾ എന്താണ് ആത്യന്തികസത്യം? ഈ ചോദ്യത്തിന് പ്രാതിഭാസികങ്ങളായ പ്രാപഞ്ചികവസ്തുക്കളുടെ ആധാരമായ അന്തശ്ചേതനയാണ് ആത്യന്തികസത്യമെന്ന ഉത്തരമാണു കാന്റ് നൽകുന്നത്. ആ അന്തശ്ചേതനയാകട്ടെ നമ്മുടെ ഇന്ദ്രിയങ്ങൾകൊണ്ടു ഗ്രഹിക്കാവുന്നതല്ലെന്നും അദ്ദേഹം പറയുന്നു. ഫലത്തിൽ വസ്തുനിഷ്ഠയാഥാർഥ്യത്തെയല്ല ആത്മനിഷ്ഠയാഥാർഥ്യത്തെയാണ് കാന്റ് ആത്യന്തികസത്യമായി കണക്കാക്കുന്നത്. അതുകൊണ്ട് ഫലത്തിൽ കാന്റിന്റെ ദർശനം ആത്മനിഷ്ഠ ആശയവാദമാണ്.

വൈരുധ്യാത്മക ആശയവാദം (Dialectical Idealism)

യൂറോപ്പിൽ വൈരുധ്യാത്മക ആശയവാദത്തിന്റെ പരമാചാര്യനായി അറിയപ്പെടുന്നത് ഹെഗലാണ്. ഹെഗൽ വിശ്വദർശനങ്ങളിലാകെയും ഭാരതീയസാംഖ്യദർശനത്തിൽ വിശേഷിച്ചും അവഗാഹമുള്ള ദാർശനികനായിരുന്നു. ചരിത്രത്തെയും രാഷ്ട്രതന്ത്രത്തെയും മതത്തെയും സംബന്ധിച്ച ഹെഗലിന്റെ ദർശനം ആഴത്തിലുള്ളതായിരുന്നു. തത്വശാസ്ത്രത്തിന്റെ അടിസ്ഥാനം യുക്തിയാണെന്ന് അദ്ദേഹം കണ്ടു. അദ്ദേഹത്തിന്റെ യുക്തിയിൽ സകലപ്രപഞ്ചത്തിന്റേയും ആധാരമായ അല്ലെങ്കിൽ മൂലകാരണമായ ഒരു പരമതത്വം ഇല്ലാതെ സാധ്യമല്ല. അതുകൊണ്ട് അദ്ദേഹം ആ പരമതത്വമായി ഒരു വിശ്വാത്മാവിനെ അല്ലെങ്കിൽ സാർവലൗകികാത്മാവിനെ പ്രതിഷ്ഠിച്ചു. വസ്തുരൂപമല്ല, ഭൗതികമല്ല ആ വിശ്വാത്മാവ്, അതു ഭൗതികാതീതമാണ്, വിശ്വനിയന്താവാണ്. ആ വിശ്വാത്മാവ് വസ്തുനിഷ്ഠയാഥാർഥ്യമാണെന്നു ഹെഗൽ സിദ്ധാന്തിച്ചതുകൊണ്ടാണ് അദ്ദേഹത്തിന്റെ ദർശനത്തെ വസ്തുനിഷ്ഠ ആശയവാദമെന്ന ഗണത്തിൽ വ്യവഹരിക്കുന്നത്. എന്നാൽ അതുവരെയുള്ള ആശയവാദികളുടെ നിലപാടുകളിൽനിന്നു വ്യത്യസ്തമായി ഹെഗൽ പറഞ്ഞു, ആ വിശ്വാത്മാവ് ഏകതാനമായ ഒരു കേവലസത്യമല്ല എന്ന്. അതു ദ്വന്ദ്വാത്മകം അഥവാ

വൈരുധ്യാത്മകമാണെന്ന് ഹെഗൽ സിദ്ധാന്തിച്ചു. അങ്ങനെയാണു ഹെഗൽ വൈരുധ്യാത്മക ആശയവാദത്തിന്റെ ഉപജ്ഞാതാവായത്. ഹെഗലിന്റെ അനുയായിയായി തുടങ്ങിയ യുവാവായ കാൾ മാർക്സിന് (1818–1883) പിന്നീടു വൈരുധ്യാത്മക ഭൗതികവാദം രൂപപ്പെടുത്തുന്നതിന് ഏറെ സഹായകമായത് ഹെഗലിന്റെ ദർശനമാണ്.

ആശയവാദത്തിന്റെ വകഭേദങ്ങൾ ഇനിയുമുണ്ട്. എല്ലാറ്റിന്റെയും മൂലം ഒരൊറ്റ ആത്മീയസത്തയാണെന്ന് ആശയവാദപരമായ അദ്വൈത സിദ്ധാന്തം (Idealistic Monism) പറയുന്നു. അനേകം ആത്മീയാംശങ്ങളാണതെന്ന് ആശയവാദപരമായ ബഹുത്വവാദം(Idealistic Pluralism) സിദ്ധാന്തിക്കുന്നു. യുക്തിപരമായി അറിയാൻ കഴിയുന്ന തത്വമാണതെന്ന് ആശയവാദപരമായ യുക്തിവാദം (Idealistic Rationalism) പറയുന്നു. നാനാതരം സംവേദനങ്ങളാണെന്ന് ആശയവാദപരമായ ഇന്ദ്രിയാനുഭവവാദം (Idealistic Empiricism). ശാസ്ത്രീയജ്ഞാനത്തിനു വഴിപ്പെടാത്ത യുക്തിവിരുദ്ധവും അനിയതവുമായ തത്വമാണെന്ന് അയുക്തിവാദം കരുതുന്നു.

ഭൗതികവാദപരമ്പര

വികാസത്തിന്റെ വലിയ ഒരു ചരിത്രമാണു ഭൗതികവാദത്തിനും ഉള്ളത്. ആ ചരിത്രത്തിൽ ഏഴു വിധം ഭൗതികവാദങ്ങളാണു മൊത്തത്തിൽ രൂപപ്പെട്ടത്. സ്വാഭാവിക ഭൗതികവാദം, പ്രാചീന വൈരുധ്യാത്മക ഭൗതികവാദം, യാന്ത്രിക ഭൗതികവാദം, യുക്തിവാദം, ആധുനിക വൈരുധ്യാത്മക ഭൗതികവാദം, ചരിത്രപരമായ ഭൗതികവാദം എന്നിവയാണ് അവ.

സ്വാഭാവിക ഭൗതികവാദം (Naive or Spontaneous Materialism)

ഭൗതികവാദത്തിന്റെ ഏറ്റവും പ്രാചീനമായ രൂപമാണു സ്വാഭാവിക ഭൗതികവാദം (Naive or Spontaneous Materialism). ഭാരതത്തിലെ ചാർവാകന്മാർ അഥവാ ലോകായതികന്മാർ സ്വാഭാവിക ഭൗതികവാദികളായിരുന്നു. ലോകായതദർശനത്തിന്റെ ഉപജ്ഞാതാവ് ബൃഹസ്പതിയാണ് എന്നു കരുതപ്പെടുന്നു. ലോകായതത്തിന്റെ അടിസ്ഥാനഗ്രന്ഥമൊന്നും കിട്ടാനില്ല. ഉപനിഷത്തുകളുടെ കാലത്തോളം പഴക്കമുണ്ട് ലോകായതത്തിന്. ലോകായതത്തെ സംബന്ധിച്ച പരാമർശങ്ങളും ലോകായതസിദ്ധാന്തങ്ങളുടെ നിഷേധവും പല ദാർശനികഗ്രന്ഥങ്ങളിലും കാണാം. അങ്ങനെ എതിരാളികൾ നിഷേധിക്കാൻ വേണ്ടി ഉദ്ധരിച്ച ചാർവാകദർശനതത്വങ്ങൾ എല്ലാംകൂടി ക്രോഡീകരിച്ച് ആദ്യമായി ചാർവാകദർശനത്തെക്കുറിച്ച് ഒരു ദർശനമെന്ന നിലയിൽ പ്രതിപാദിച്ചത് ക്രിസ്തുവർഷം പതിനാലാം നൂറ്റാണ്ടിൽ മാധവാചാര്യർ എഴുതിയ *സർവദർശനസംഗ്രഹം* എന്ന പുസ്തകത്തിലാണ്.

തീയ്ക്കു ചൂടാണ്, വെള്ളത്തിനു തണുപ്പാണ്, അതുപോലെ കാറ്റിനു തണുപ്പുണ്ട്. ആരാണ് ഇങ്ങനെയൊക്കെ ആക്കിവെച്ചത്? ആരുമല്ല, അതു കൊണ്ട് അതൊക്കെ അതാതിന്റെ സ്വഭാവമാണ് എന്നു *സർവദർശന സംഗ്രഹ*ത്തിൽ ചാർവാകന്മാരുടെ സിദ്ധാന്തമായി പറഞ്ഞിരിക്കുന്നു. സ്വാഭാവിക ഭൗതികവാദമാണിത്. ആശയവാദം ഉയർത്തിപ്പിടിക്കുന്ന പ്രപ ഞ്ചസ്രഷ്ടാവിന്റെ ആവശ്യകതയെ നിഷേധിക്കുകയാണ് ചാർവാകൻ ഇവിടെ ചെയ്യുന്നത്.

ആദ്യകാലബൗദ്ധദർശനവും ആദ്യകാലജൈനദർശനവും വൈശേ ഷികദർശനവും ന്യായദർശനവും സ്വാഭാവിക ഭൗതികവാദങ്ങളായിരുന്നു. അനശ്വരവും നിത്യവും ശരീരത്തിൽനിന്നു വ്യത്യസ്തവും ജനനമരണ ങ്ങൾക്കതീതവുമായ ഒരു ആത്മാവുണ്ടെന്ന വാദത്തെ ബുദ്ധൻ നിരാക രിച്ചു. അനാത്മവാദമാണ് ബുദ്ധൻ ആവിഷ്കരിച്ചത്. ഗൗതമബുദ്ധന്റെ സമകാലികനായിരുന്ന മഹാവീരൻ ആത്മാവിനെ നിഷേധിച്ചില്ല. എന്നാൽ വേദാന്തികൾ പറയുന്നതുപോലെയുള്ള സർവാന്തര്യാമിയായ ഒരു ആത്മാ വിനെ അദ്ദേഹം അംഗീകരിച്ചില്ല. ഓരോ ജീവിക്കും ഓരോ ആത്മാവുണ്ട്. ഫലത്തിൽ ജീവൻതന്നെയാണ് ആത്മാവ്. ജീവിയുടെ വലുപ്പമനുസരിച്ച് ആത്മാവിന്റെ വലുപ്പവും ഏറിയും കുറഞ്ഞുമിരിക്കും. ഭൗതികാതീത മായ ആത്മാവിനെക്കുറിച്ചു ജൈനം പറയുന്നില്ല. ഭൗതികവസ്തുക്കൾ സഹജങ്ങളായ ഗുണവിശേഷങ്ങളോടുകൂടിയ ചെറിയ കണങ്ങൾ കൂടി ച്ചേർന്നുണ്ടായതാണെന്നു ജൈനദർശനം സിദ്ധാന്തിക്കുന്നു.

കണാദന്റെ വൈശേഷികദർശനം പ്രപഞ്ചത്തിന്റെ അടിസ്ഥാന യാഥാർഥ്യത്തെക്കുറിച്ചുള്ള അന്വേഷണമാണ്. സാമാന്യങ്ങളും വിശേ ഷങ്ങളുമായ വ്യത്യസ്തപദാർഥങ്ങളുടെ സ്വഭാവഗുണങ്ങൾ, സാധർമ്യ വൈധർമ്യങ്ങൾ മുതലായവ അപഗ്രഥനം ചെയ്തു നേടുന്ന ജ്ഞാന മാണ് അഭ്യുദയവും നിശ്രേയസും ഉണ്ടാക്കുന്നതെന്നു വൈശേഷിക ദർശനം ഉദ്ഘോഷിക്കുന്നു. ദ്രവ്യം, ഗുണം, കർമം, സാമാന്യം, വിശേഷം, സമവായം എന്നിങ്ങനെ ആറുപദാർഥങ്ങളാണ് പ്രപഞ്ചത്തിലെ എല്ലാ വസ്തുക്കളുടെയും പ്രതിഭാസങ്ങളുടെയും അടിസ്ഥാനമെന്നും വൈശേ ഷികം സിദ്ധാന്തിക്കുന്നു. അണുക്കൾ ചേർന്നാണ് വസ്തുക്കൾ ഉണ്ടാ കുന്നതെന്നും വൈശേഷികസിദ്ധാന്തം പറയുന്നു.

അക്ഷപാദനെന്നുകൂടി പേരുള്ള ഗോതമന്റെ ന്യായദർശനം വൈശേ ഷികത്തോടു വളരെയധികം സാമ്യമുള്ള ദർശനമാണ്. പരമാണുക്കളാണ് പ്രപഞ്ചത്തിന്റെ മൂലഘടകങ്ങൾ എന്ന് ന്യായദർശനം പറയുന്നു. പ്രമാണം, പ്രമേയം, സംശയം, പ്രയോജനം, ദൃഷ്ടാന്തം, സിദ്ധാന്തം, അവയവം, തർക്കം, നിർണയം, വാദം, ജൽപ്പം, വിതണ്ഡ, ഹേത്വാഭാസം, ഛലം, ജാതി, നിഗ്രഹസ്ഥാനം എന്നിങ്ങനെ പതിനാറു പദാർഥങ്ങ ളെയാണ് ന്യായദർശനം അംഗീകരിക്കുന്നത്.

വൈശേഷികത്തിലായാലും ന്യായത്തിലായാലും പദാർഥം എന്ന പദംകൊണ്ട് കേവലം വസ്തുക്കളെയല്ല വ്യവഹരിക്കുന്നത്. ബൗദ്ധിക

മായ സങ്കൽപ്പങ്ങളെയും അല്ലെങ്കിൽ സംവർഗങ്ങളെയും പദാർഥമെന്നു തന്നെ ഈ ദർശനങ്ങളിൽ വ്യവഹരിക്കുന്നു. വൈശേഷികവും ന്യായവും പിൽക്കാലത്ത് ഒന്നായി ന്യായവൈശേഷികമെന്ന് അറിയപ്പെടാൻ തുടങ്ങി. ന്യായവൈശേഷികത്തിൽ പ്രപഞ്ചത്തിന് ആധാരമായി പഞ്ചഭൂതങ്ങളെയല്ലാതെ ഭൗതികാതീതമായ ഒരു തത്വത്തെ ആദ്യകാലത്ത് അംഗീകരിച്ചിരുന്നില്ല.

പിൽക്കാലത്തു വൈശേഷികവും ന്യായവും ചേർന്ന് ഒറ്റ ദർശനമായി. അഭാവത്തെ ഒരു പദാർഥമായി അംഗീകരിക്കുകയുമുണ്ടായി. ഈശ്വരനെ അംഗീകരിച്ചുകൊണ്ട് ആശയവാദമാവുകയും ചെയ്തു.

ഭാരതത്തിലെ പ്രാചീനദർശനങ്ങളിൽ അധികവും സ്വാഭാവിക ഭൗതികവാദങ്ങളായിരുന്നു. യൂറോപ്പിലും സ്ഥിതി വ്യത്യസ്തമായിരുന്നില്ല. സോക്രട്ടീസിനു (ഉദ്ദേശം ക്രി. മു. 470–399) മുമ്പു ജീവിച്ചിരുന്ന എല്ലാ ദാർശനികന്മാരും സ്വാഭാവിക ഭൗതികവാദികളായിരുന്നു. ഥേലിസ് (ഉദ്ദേശം ക്രി.മു. 624–546), അനക്സിമന്ദർ (ഉദ്ദേശം ക്രി. മു. 585–525) പൈഥഗോറസ് (ഉദ്ദേശം ക്രീ. മു. 580–500), സെനേഥനിസ് (ഉദ്ദേശം ക്രി. മു. 570–480), ഹെറാക്ലിറ്റസ് (ഉദ്ദേശം ക്രി. മു. 535–475), പർമനൈഡിസ് (ഉദ്ദേശം ക്രി. മു. അഞ്ചാം നൂറ്റാണ്ട്), പ്രോട്ടഗോറസ് (ഉദ്ദേശം ക്രി. മു. 481–420), സെനോ (ഉദ്ദേശം ക്രി. മു. 490–430), എംപഡോക്ലിസ് (ഉദ്ദേശം ക്രി. മു. 490–430), ഹിപ്പിയസ് (ഉദ്ദേശം ക്രി. മു. അഞ്ചാംനൂറ്റാണ്ടു മധ്യം), ലൂസിപ്പസ് (ഉദ്ദേശം ക്രി. മു. അഞ്ചാം നൂറ്റാണ്ടിന്റെ ആദ്യപകുതി), അനക്സിഗോറസ് (ഉദ്ദേശം ക്രി. മു. 500–428), ഡെമോക്രിറ്റസ് (ഉദ്ദേശം ക്രി. മു. 450–370) എന്നിവരാണു സോക്രട്ടീസിനു മുമ്പു ജീവിച്ചിരുന്ന പ്രധാനപ്പെട്ട ദാർശനികന്മാർ. ജ്യോതിശാസ്ത്രജ്ഞനായ ഥേലിസ് സൂര്യനെ ദൈവമായി ആരാധിച്ചിരുന്ന മതവിശ്വാസികളോടു തുറന്നു പറഞ്ഞു, കത്തിജ്വലിച്ചുകൊണ്ടിരിക്കുന്ന ഗോളമാണ് സൂര്യനെന്ന്. അനക്സിമന്ദർ ആദ്യമായി ഭൂപടം നിർമിച്ച മഹാനാണ്. ലോകം പരിണാമപ്രകിയയിലൂടെ രൂപപ്പെട്ടതാണെന്ന് അദ്ദേഹം ഉദ്ഘോഷിച്ചു. അനക്സിമെനിസ് വായുവാണ് പ്രപഞ്ചത്തിന്റെ അടിസ്ഥാനഘടകമെന്നു വാദിച്ചു.

തത്വശാസ്ത്രത്തിന്റെ ചരിത്രത്തിൽ ആദ്യകാലം ഭാരതത്തിലായാലും യൂറോപ്പിലായാലും ഭൗതികവാദത്തിന്റെ പുഷ്കലകാലമായിരുന്നു. എന്നാൽ പിന്നീടു സ്ഥിതിമാറി. മതം തത്വശാസ്ത്രത്തിന്റെ മേൽ ആധിപത്യം നേടി. ഭൗതികവാദത്തിന്റെ വളർച്ചയെ അതു സാരമായി ബാധിച്ചു. വളരെക്കാലത്തിനു ശേഷമാണു പിന്നീടു ഭൗതികവാദത്തിന്റെ ഉയിർത്തെഴുന്നേൽപ്പുണ്ടായത്.

പ്രാചീന വൈരുധ്യാത്മക ഭൗതികവാദം (Ancient Dialectical Materialism)

വൈരുധ്യാത്മകവാദം ഭാരതത്തിലെ പ്രാചീനസാംഖ്യദർശനത്തിൽ നിലവിലുണ്ടായിരുന്നു, പ്രാചീനസാംഖ്യദർശനം ഭൗതികവാദമായിരുന്നു.

സാംഖ്യദർശനത്തിലെ പ്രകൃതി എന്ന തത്വം സത്വം, രജസ്സ്, തമസ്സ് എന്നിങ്ങനെ മൂന്നു ഗുണങ്ങളോടുകൂടിയതാണ്. ഈ ഗുണങ്ങളുടെ സാമ്യാവസ്ഥയിൽ പ്രകൃതി നിശ്ചലമായിരിക്കും. ഗുണങ്ങൾക്കു വൈഷമ്യം അതായത് അസമത്വം വരുമ്പോൾ, അതായത് ഗുണങ്ങൾ അസമങ്ങളാകുമ്പോൾ, എന്നുവെച്ചാൽ സത്വം ഏറിയും രജസും തമസും കുറഞ്ഞും അല്ലെങ്കിൽ രജസ്സ് ഏറിയും സത്വവും തമസും കുറഞ്ഞും അതുമല്ലെങ്കിൽ തമസ്സ് ഏറിയും സത്വവും രജസും കുറഞ്ഞും ഇരിക്കുമ്പോൾ, പ്രകൃതി ചലിക്കുന്നു, പ്രവൃത്തിക്കുന്നു. അങ്ങനെ പ്രകൃതി പരിണമിച്ചു പ്രപഞ്ചം ഉണ്ടാകുന്നു എന്നാണു സാംഖ്യസിദ്ധാന്തം. ഇതിൽ വൈരുധ്യാത്മകവാദത്തിന്റെ അടിസ്ഥാനഘടകമുണ്ട്. വൈരുധ്യത്തിൽനിന്നു ചലനം ഉണ്ടാകുന്നു എന്നതത്രേ അത്. പ്രാചീനസാംഖ്യദർശനം അതുകൊണ്ട് സ്വാഭാവിക ഭൗതികവാദമായിരുന്നു എന്നുപറഞ്ഞാൽ പോരാ. പത്തൊമ്പതാംനൂറ്റാണ്ടിൽ രൂപംകൊണ്ട വൈരുധ്യാത്മക ഭൗതികവാദത്തിന്റെ പ്രാഗ്‌രൂപം എന്നു പ്രാചീനസാംഖ്യന്മാരുടെ ദർശനത്തെ വിശേഷിപ്പിക്കുന്നതാവും ശരി.

യാന്ത്രിക ഭൗതികവാദം (Mechanical Materialism)

ഗലീലിയോ ഗലീലി (1564-1642), ഫ്രാൻസിസ് ബേക്കൺ(1561-1626), തോമസ് ഹോബ്സ്(1588-1679), ഗസ്സേണ്ടി(1592-1655), ലോക്ക്(1632-1704), സ്പിനോസ(1632-1677) എന്നിവർ ഭൗതികവാദത്തിനു പുതിയ ഉണർവേകി. ദൈവശാസ്ത്രത്തെ (theology) ചോദ്യം ചെയ്തുകൊണ്ടാണ് അവർ അതു സാധിച്ചത്. അന്ധവിശ്വാസങ്ങളെ വളർത്താനുള്ളതല്ല തത്വശാസ്ത്രമെന്ന് അവർ കണ്ടു. സാമാന്യബോധത്തിനും ശാസ്ത്രത്തിനും നിരക്കാത്ത സങ്കൽപ്പനങ്ങളെ അവർ നിരാകരിച്ചു.

പദാർഥത്തിന്റെ യാന്ത്രികരൂപത്തിലുള്ള ചലനത്തെ സംബന്ധിച്ച നിയമങ്ങൾവച്ച് പ്രകൃതിയുടെയും സമൂഹത്തിന്റെയും വികാസത്തെ വിശദീകരിക്കുന്നതിനുള്ള ശ്രമമാണ് അവർ നടത്തിയത്. യാന്ത്രികഭൗതികവാദമെന്നാണ് അവരുടെ വാദം അറിയപ്പെട്ടത്. ഏകപക്ഷീയമായ ഒരു ലോകവീക്ഷണമാണ് യാന്ത്രികഭൗതികവാദത്തിന്റേത്. ബലതന്ത്രനിയമങ്ങളെ കേവലമായി കണ്ടതിൽനിന്നാണ് അതിന്റെ ഉത്ഭവം. ലോകത്തിന്റെ സങ്കീർണവും ഗുണപരമായി സവിശേഷവുമായ ചലനരൂപത്തെ വളരെ ലളിതമായ ഒന്നാക്കി ചുരുക്കിക്കളഞ്ഞതാണു യാന്ത്രികവാദത്തിന്റെ പരിമിതി. പാരതന്ത്ര്യം മരണത്തേക്കാൾ ഭയാനകമാണെന്ന് അവർ വിശ്വസിച്ചു എന്നതും ഭൗതികാതീതമായ ഒരു പരിഹാരമാർഗത്തിലും അവർ വിശ്വസിച്ചില്ല എന്നതും വിസ്മരിച്ചുകൂടാ.

യുക്തിവാദം (Rationalism)

യൂറോപ്പിൽ മധ്യകാലത്ത്, തത്വശാസ്ത്രജ്ഞന്മാർ അത്ഭുതങ്ങളിലും പ്രകൃത്യതീതത്വവാദങ്ങളിലും കടിച്ചുതൂങ്ങി, പഴയ എഴുത്തുകാ

രുടെ നിഗമനങ്ങളെ ചോദ്യം ചെയ്യാതെ കണ്ണുമടച്ച് വിശ്വസിച്ചുപോന്നു. ക്രിസ്തീയമതസിദ്ധാന്തങ്ങളുടെ രൂപവൽക്കരണത്തിലും അരിസ്റ്റോട്ടിലിന്റെ നിഗമനങ്ങളുടെ വിശദീകരണത്തിലുമാണ് മധ്യകാലപണ്ഡിതന്മാർ ശ്രദ്ധ ചെലുത്തിയിരുന്നത്. പതിനേഴാം നൂറ്റാണ്ടിലെ ശാസ്ത്രജ്ഞന്മാരാണ് മധ്യകാലപണ്ഡിതന്മാരുടെ അശാസ്ത്രീയ മാർഗത്തിനെതിരെ ആദ്യത്തെ പ്രതിഷേധം ഉയർത്തിയത്. പൗരാണികകാലത്തെ ശാസ്ത്രീയനിഗമനങ്ങൾ പരിപക്വമായ അറിവിനെ പ്രതിനിധാനം ചെയ്യുന്നില്ലെന്ന് ഫ്രാൻസിസ് ബേക്കൺ (1561–1626) ചൂണ്ടിക്കാട്ടി. പ്രകൃതിയുടെ മേഖലകളിൽ അന്വേഷണം നടത്താൻ അദ്ദേഹം അഭ്യർഥിച്ചു. ശാസ്ത്രത്തിന്റെ ശരിയായ, ന്യായമായ ലക്ഷ്യം ഇതല്ലാതെ മറ്റൊന്നല്ല: പുതിയ കണ്ടുപിടിത്തങ്ങളും ശക്തികളുംകൊണ്ട് മനുഷ്യജീവിതം ധന്യമാക്കണം. എല്ലാറ്റിനേയും യുക്തിയുടെ വെളിച്ചത്തിൽ നിരൂപണം ചെയ്യേണ്ടതിന്റെ ആവശ്യകതയെപ്പറ്റി ദെക്കാർത്തെ (1596–1650) സ്പഷ്ടമായ വിശദീകരണം നടത്തി. ഗ്രീക്കുകാർ കണ്ടുപിടിച്ച ഗ്രീക്കു ശാസ്ത്രത്തെ അടിസ്ഥാനമാക്കി പാണ്ഡിത്യവാദികൾ നടത്തിയ നിഗമനങ്ങളുടെ സാധുതയെ അദ്ദേഹം ചോദ്യം ചെയ്യുകയും ചെയ്തു. ലീബ്നിറ്റ്സ്(1646–1716) തുടങ്ങിയവരും യുക്തിയുടെ പ്രാധാന്യം ഊന്നിപ്പറഞ്ഞു. യുക്തിവാദം എന്നാണ് അവരുടെ സിദ്ധാന്തം അറിയപ്പെട്ടത്.

യുക്തിവാദം പ്രധാനമായി ജ്ഞാനശാസ്ത്രപരമായ നിലപാടാണ്. അനുഭവവാദത്തിനു നേരെ വിപരീതമായ നിലപാടാണത്.

ആധുനിക വൈരുധ്യാത്മക ഭൗതികവാദം (ശാസ്ത്രീയ ഭൗതികവാദം) (Modern Dialectical Materialism/Scientific Materialism)

മുൻകാല ദാർശനികസിദ്ധാന്തങ്ങളെ വിമർശനദൃഷ്ട്യാ പരിശോധിച്ച് അവയിൽനിന്നു സ്വീകാര്യമായവ സ്വീകരിച്ചുകൊണ്ടും തള്ളേണ്ടവ തള്ളിക്കൊണ്ടും ഉടച്ചുവാർക്കേണ്ടവ ഉടച്ചുവാർത്തുകൊണ്ടും കാൾ മാർക്സും (1818–1883) ഫ്രെഡറിക് എംഗൽസും (1820–1895) ചേർന്ന് ആധുനിക വൈരുധ്യാത്മക ഭൗതികവാദം ആവിഷ്കരിച്ചു. ഹെഗലിന്റെ (1770–1831) ദർശനം ആശയവാദപരമാണെങ്കിലും അതിൽ വൈരുധ്യവാദം പൂർണരൂപത്തിൽ വളർച്ചയെത്തിയിരുന്നു. ഭൗതികപ്രപഞ്ചത്തിന്റെ പ്രാഥമികത്വത്തെ അങ്ങേയറ്റം ഉയർത്തിക്കാട്ടിയ ദർശനമെന്ന നിലയിൽ ഫോയർബാഹിന്റെ (1804 –1872) ഭൗതികവാദവും സ്വീകാര്യമായിരുന്നു. ക്ലാസിക്കൽ ജർമൻ തത്വശാസ്ത്രത്തിന്റെ അന്തസ്സത്ത ഉൾക്കൊണ്ട് ഹെഗലിന്റെയും ഫോയർബാഹിന്റെയും ദർശനങ്ങളെ സമന്വയിപ്പിക്കുകവഴി ആധുനികവൈരുധ്യാത്മകഭൗതികവാദം അഥവാ ശാസ്ത്രീയ ഭൗതികവാദത്തിനു രൂപംകൊടുക്കുകയാണു മാർക്സും എംഗൽസും ചെയ്തത്. എന്നുമാത്രമല്ല, പ്രകൃതിശാസ്ത്രങ്ങളുടെയും അർഥശാസ്ത്രത്തിന്റെയും സാമൂഹിക-രാഷ്ട്രീയരംഗങ്ങളിലെയും അന്നുവരെയുള്ള

വളർച്ച മുഴുവൻ അവർ തങ്ങളുടെ ദർശനത്തിൽ സമന്വയിപ്പിച്ചു. അങ്ങനെ ഉയർന്നുവന്ന ആധുനിക വൈരുധ്യാത്മക ഭൗതികവാദം അഥവാ ശാസ്ത്രീയ ഭൗതികവാദത്തെ ലെനിൻ കൂടുതൽ വികസിപ്പിച്ചു.

ശാസ്ത്രീയ ഭൗതികവാദവാദത്തിലെ മുഖ്യസിദ്ധാന്തങ്ങൾ ഏറ്റവും ചുരുക്കിപ്പറഞ്ഞാൽ രണ്ടാണ്.

ഒന്ന്: ഭൗതികപ്രപഞ്ചമാണു പ്രാഥമിക യാഥാർഥ്യം, അതു മനുഷ്യന്റെ അറിവിനു വിഷയമാകുന്നതാണ്.

നമുക്കു ചുറ്റും കാണുന്ന നാമുൾപ്പെടെയുള്ള ഈ ഭൗതികപ്രപഞ്ചമാണ് പ്രാഥമികസത്യം. ഭൗതികപ്രപഞ്ചത്തിന്റെ വികാസത്തിന്റെ ഫലമായി രൂപപ്പെട്ടതാണ് ആശയപ്രപഞ്ചം. ഭൗതികപ്രപഞ്ചമായാലും ശരി, ആശയപ്രപഞ്ചമായാലും ശരി, അതു മനുഷ്യന്റെ അറിവിനു വിഷയമാകുന്നതാണ്.

രണ്ട്: പ്രപഞ്ചത്തിൽ സാർവത്രികമായ പരസ്പരബന്ധമുണ്ട്, വൈരുധ്യമുണ്ട്, നിരന്തരമായ ചലനമുണ്ട്. പ്രപഞ്ചം-സകലവസ്തുക്കളും ആശയങ്ങളും പ്രക്രിയകളും പ്രതിഭാസങ്ങളും—പരസ്പരബദ്ധമാണ്. ഒറ്റപ്പെട്ടതായി യാതൊന്നും തന്നെയില്ല. വസ്തുപ്രപഞ്ചമായാലും ശരി, ആശയപ്രപഞ്ചമായാലും ശരി നിരന്തരമായി ചലിച്ചുകൊണ്ടിരിക്കുന്നു, മാറിക്കൊണ്ടിരിക്കുന്നു, വികസിച്ചുകൊണ്ടിരിക്കുന്നു.

പ്രപഞ്ചത്തിന്റെ ചലനത്തിന്/മാറ്റത്തിന്/വികാസത്തിനു കാരണം പ്രപഞ്ചത്തിൽ ഉൾച്ചേർന്നിരിക്കുന്ന വൈരുധ്യമാണ്. ചലനത്തിന്/മാറ്റത്തിന്/വികാസത്തിനു മൂന്നു നിയമങ്ങളുണ്ട്.

1) വിപരീതങ്ങളുടെ ഐക്യസമരനിയമം.

2) അളവിലുണ്ടാകുന്ന വളർച്ച ഗുണപരമായ മാറ്റത്തിലേക്കു നയിക്കുന്നു എന്ന നിയമം.

3) നിഷേധത്തിന്റെ നിഷേധമെന്ന നിയമം.

1) വിപരീതങ്ങളുടെ ഐക്യസമരനിയമം

പ്രകൃതിയിൽ എല്ലാം മാറിക്കൊണ്ടിരിക്കുന്നു, ചലനമാണ് മാറ്റത്തിന്റെ അടിസ്ഥാന കാരണം. രണ്ടു വിപരീതങ്ങൾ തമ്മിൽ ഐക്യമില്ലെങ്കിൽ ഒരേ വസ്തുവിൽ അവയ്ക്ക് ഇടമുണ്ടാവുകയില്ലല്ലോ. ഇതേ വിപരീതങ്ങൾ തമ്മിൽ സംഘട്ടനത്തിലുമാണ്. ഈ സംഘട്ടനമാണ് വികാസത്തിന്റെ ചാലകശക്തി. ഈ സംഘട്ടനമാണ് പ്രപഞ്ചത്തിന്റെ പുരോഗതിക്കു കാരണം. രണ്ടു വിരുദ്ധധ്രുവങ്ങളോടുകൂടിയ കാന്തം ഒരുദാഹരണം. സമൂഹത്തിലെ വർഗസമരം മറ്റൊരുദാഹരണം.

2) അളവിലെ വളർച്ച ഗുണപരമായ മാറ്റത്തിലേയ്ക്കു നയിക്കുന്നു എന്ന നിയമം

വസ്തുവിനുള്ളിലെ വിരുദ്ധശക്തികൾ സദാ ഏറ്റുമുട്ടലിലാണ്. ബാഹ്യമോ ആന്തരികമോ ആയ പ്രേരണകളാൽ ഈ ഏറ്റുമുട്ടലിന്റെ

തീവ്രത വർധിക്കാം. ഈ തീവ്രതയാണ് മാറ്റത്തെ പ്രേരിപ്പിക്കുന്ന ബലം അഥവാ ചാലകബലം. തുച്ഛവും അദൃശ്യവുമായിത്തുടങ്ങുന്ന ഈ ഏറ്റുമുട്ടൽ വർധിച്ചു വർധിച്ചുവരുന്നു. ഏറ്റുമുട്ടലിൽ വർധനയുണ്ടാകുന്നു എങ്കിലും വസ്തുവിനു മാറ്റമുണ്ടാകുന്നില്ല. അളവിലുള്ള ഈ വളർച്ച ഒരു പ്രത്യേക ഘട്ടത്തിലെത്തിയാൽ, അതുവരെ ആ വസ്തുവിനെ ആ വസ്തുവാക്കി നിലനിർത്തിയിരുന്ന പഴയ ബലമാകെ തകർന്നുപോവുകയും, വസ്തുതന്നെ തകർന്നുപോവുകയും, പുതിയ വസ്തുവായിത്തീരുകയും ചെയ്യും. മറ്റൊരു തരത്തിൽ പറഞ്ഞാൽ, അളവിലുള്ള വർധനവ് ഒരു ഘട്ടത്തിലെത്തിയാൽ ഒരു എടുത്തുചാട്ടം സംഭവിക്കുകയും ഗുണപരമായ മാറ്റത്തിൽ (പുതിയ വസ്തുവായിത്തീരൽ) കലാശിക്കുകയും ചെയ്യുന്നു.

ഉദാ: മഞ്ഞുകട്ട വെള്ളമാകുന്നത്;
വെള്ളം ആവിയാകുന്നത്.

3) നിഷേധത്തിന്റെ നിഷേധമെന്ന നിയമം

ഗുണപരമായ ഈ മാറ്റത്തിന്റെ ഫലമായി പുതിയതൊന്ന് ഉണ്ടാകുമ്പോൾ ഈ ഗുണപരമായ മാറ്റത്തെ 'എടുത്തുചാട്ടം' അഥവാ, പഴയതിന്റെ 'നിഷേധം' എന്നു പറയാം. പഴയതിനെ നിഷേധിക്കുന്നു എന്നു വെച്ചാൽ, പഴയതിനെ പൂർണമായും തള്ളിക്കളയുന്നു എന്നല്ല അർഥം. പഴയതിലെ വളരുന്നതും വളരാൻ ശേഷിയുള്ളതുമായ അംശങ്ങൾ പുതിയതിനുള്ളിൽ സംരക്ഷിക്കപ്പെടുന്നു. മഞ്ഞുകട്ട വെള്ളമായി മാറിയെങ്കിലും, മഞ്ഞുകട്ടയുടെ തന്മാത്രകൾ തന്നെയാണ് വെള്ളമായും നിലനിൽക്കുന്നത്. പുതുതായുണ്ടാകുന്ന വസ്തുവിലും അതിന്റേതായ പുതിയ വിരുദ്ധശക്തികൾ കുടികൊള്ളുന്നു. അവയുടെ ഏറ്റുമുട്ടൽ വീണ്ടും നിഷേധത്തിന് കാരണമാവുകയും പുതിയൊരു വസ്തു രൂപംകൊള്ളുകയും ചെയ്യുന്നു. ചുരുക്കത്തിൽ മഞ്ഞുകട്ടയുടെ നിഷേധമാണ് വെള്ളം. വെള്ളത്തിന്റെ നിഷേധമാണ് ആവി.

ചരിത്രപരമായ ഭൗതികവാദം (Historical Materialism)

ശാസ്ത്രീയ ഭൗതികവാദത്തിന്റെ മനുഷ്യസമൂഹത്തിലുള്ള പ്രയോഗമാണു ചരിത്രപരമായ ഭൗതികവാദം. സമൂഹത്തിലും വൈരുധ്യാത്മകചലനനിയമങ്ങൾ പ്രവർത്തിക്കുന്നു എന്നു കണ്ടുപിടിച്ചതും അതുവഴി സമൂഹത്തെ മാറ്റിത്തീർക്കാമെന്നു പ്രവചിച്ചതുമാണ് ചരിത്രപരമായ ഭൗതികവാദത്തിന്റെ ഏറ്റവും വലിയ സംഭാവന. പ്രാകൃതസാമ്യാവസ്ഥ, അടിമത്തം, നാടുവാഴിത്തം, മുതലാളിത്തവ്യവസ്ഥ, സോഷ്യലിസം, കമ്യൂണിസം എന്നിങ്ങനെ ആറു സാമൂഹികവ്യവസ്ഥകൾ ചരിത്രപരമായ ഭൗതികവാദം വിഭാവനം ചെയ്യുന്നു.

പ്രാകൃതസാമ്യാവസ്ഥയിൽ ഗോത്രജീവിതമായിരുന്നു മനുഷ്യർ നയിച്ചത്. കല്ലുകൊണ്ടുള്ള ആയുധങ്ങൾ ഉപയോഗിച്ചു പ്രകൃതിയിൽനിന്നു

ശേഖരിച്ച ആഹാരമാണ് അന്നു മനുഷ്യർ ഭക്ഷിച്ചിരുന്നത്. ആകെക്കൂടി അന്നുണ്ടായിരുന്ന സ്വത്ത് ആ പ്രാകൃതായുധങ്ങളായിരുന്നു. അവ ഗോത്രത്തിന്റെ പൊതുസ്വത്തുമായിരുന്നു. സ്വകാര്യസ്വത്ത് എന്നു പറയാൻ ഒന്നുമുണ്ടായിരുന്നില്ല. ക്രമേണ കൃഷി, കാലിവളർത്തൽ തുടങ്ങിയ തൊഴിലുകളിൽ അവർ ഏർപ്പെട്ടു. മുഴുവൻ സമയവും പണിയെടുത്താൽ മിച്ചം വയ്ക്കാൻ കഴിയുന്നതരത്തിൽ ഉൽപ്പാദനം വളർന്നു. ഒരു ഗോത്രത്തിന്റെ ഉൽപ്പാദനമിച്ചം പിടിച്ചെടുത്താൽ തങ്ങൾക്ക് അധ്വാനിക്കാതെ ജീവിക്കാമെന്നു മറ്റു ഗോത്രങ്ങൾക്കു തോന്നിയതോടെ ആ വഴിക്കായി ചില ഗോത്രങ്ങളുടെ പ്രവർത്തനം. ഒരു ഗോത്രത്തെ ആക്രമിച്ചു കീഴടക്കുമ്പോൾ ഉൽപ്പാദനമിച്ചം മാത്രമല്ല, ആ ഗോത്രത്തിലെ മനുഷ്യരെയും തങ്ങൾക്ക് സ്വന്തമാക്കാമെന്നായി. അങ്ങനെ സ്വന്തമാക്കിയ അന്യഗോത്രത്തിൽപ്പെട്ട മനുഷ്യരെ അടിമകളാക്കി അവരെക്കൊണ്ടു പണിയെടുപ്പിച്ചാൽ തങ്ങൾക്കു വെറുതെയിരുന്നു തിന്നാമല്ലോ എന്ന കണ്ടെത്തലാണ് അടിമത്തത്തിലേക്കു സമൂഹത്തെ നയിച്ചത്. അടിമത്തത്തിൽ അടിമകളും അടിമയുടമകളും തമ്മിലുള്ള വൈരുധ്യം കാലാന്തരത്തിൽ മൂർച്ഛിച്ച് ആ വ്യവസ്ഥയുടെ തന്നെ നാശത്തിലെത്തി. അടിമത്തത്തിൽ അടിമകളോടു കൂടുതൽ ഉദാരമായ സമീപനം കൈക്കൊണ്ട് അവർക്കു ഭാഗികമായ സ്വാതന്ത്ര്യമനുവദിച്ച് ഉൽപ്പാദനം കൂടുതൽ മെച്ചപ്പെടുത്താൻ ശ്രമിച്ച അടിമയുടമകൾ പുതിയ ഒരു വർഗമായി, ജന്മികൾ-നാടുവാഴികൾ. അങ്ങനെ പുതിയ ഒരു സാമൂഹികക്രമം പിറന്നു- നാടുവാഴിത്തം. അടിമത്തത്തിലെ അടിമകളുടെ സ്ഥാനത്ത് ആ വ്യവസ്ഥയിൽ കുറച്ചുകൂടി സ്വതന്ത്രരായ, എങ്കിലും ജന്മികൾക്കുവേണ്ടി പണിയെടുക്കാൻ ബാധ്യസ്ഥരായ കുടിയാന്മാരുണ്ടായി, കൈവേലക്കാരുണ്ടായി. നാടുവാഴിത്തത്തിൽ കുടിയാനും ജന്മി അഥവാ നാടുവാഴിയും തമ്മിലും കൈവേലക്കാരും അവരുടെ തൊഴിലുടമകളും തമ്മിലുമുള്ള വൈരുധ്യമാണ് ആ വ്യവസ്ഥയുടെ തകർച്ചയ്ക്ക് കാരണമായത്. എന്നാൽ കുടിയാനോ അടിയാനോ അല്ല, അതിനുള്ളിൽതന്നെ വളർന്നു വന്ന മുതലാളിയാണ് ഈ തകർച്ചയ്ക്ക് നേതൃത്വം കൊടുത്തത്. നാടുവാഴിത്തവ്യവസ്ഥയെ നിഷേധിച്ച് മുതലാളിത്തവ്യവസ്ഥ വന്നപ്പോൾ കുടിയാനിൽനിന്നും അടിയാനിൽനിന്നും കൈത്തൊഴിൽകാരിൽനിന്നുമായി പുതിയൊരു വർഗം ഉടലെടുത്തു. നാടുവാഴിത്തവ്യവസ്ഥയ്ക്കുള്ളിൽ ഉണ്ടായ സാങ്കേതികവും സാംസ്കാരികവുമായ പുരോഗതി പൂർവാധികം ഓജസ്സോടെ മുതലാളിത്തവ്യവസ്ഥയിലേക്കു കടന്നു. അതായത്, നാടുവാഴിത്ത വ്യവസ്ഥയിലെ എല്ലാറ്റിനെയും പൂർണമായി നശിപ്പിച്ചുകൊണ്ടല്ല മുതലാളിത്തവ്യവസ്ഥ രൂപംകൊണ്ടത്.

മുതലാളിത്തത്തിൽനിന്നു സോഷ്യലിസത്തിലേക്കു കടക്കുമ്പോഴും, പുരോഗമനാത്മകവും വളർച്ചയെ സഹായിക്കുന്നതുമായ പല അംശങ്ങളും സംരക്ഷിക്കപ്പെടുന്നു. മുതലാളിത്തം നാടുവാഴിത്തത്തിന്റെ നിഷേധമാണ്. സോഷ്യലിസം മുതലാളിത്തത്തിന്റെ നിഷേധമാണ്. സോഷ്യ

ലിസത്തിൽ എല്ലാവരും അവരവരുടെ കഴിവിനനുസരിച്ച് അധ്വാനിക്കുകയും അധ്വാനത്തിന്റെ തോതനുസരിച്ച് പ്രതിഫലം പറ്റുകയുമാണ് ചെയ്യുന്നത്. കമ്യൂണിസത്തിലാകട്ടെ എല്ലാവരും അവരവരുടെ കഴിവിനനുസരിച്ച് അധ്വാനിക്കുകയും അവരവരുടെ ആവശ്യമനുസരിച്ച് പ്രതിഫലം പറ്റുകയുമാണ് ചെയ്യുന്നത്. അങ്ങനെ ഒരവസ്ഥ നാളിതുവരെ ലോകത്തുണ്ടായിട്ടില്ല. സോഷ്യലിസത്തിന്റെ വിവിധ നിലകളിലാണ് ചില രാജ്യങ്ങളിലെ സമൂഹങ്ങൾ. മനുഷ്യസമൂഹം ആത്യന്തികമായി കമ്യൂണിസത്തിൽ എത്തിച്ചേരുക തന്നെ ചെയ്യുമെന്നാണ് ശാസ്ത്രീയ ഭൗതികവാദികൾ വിശ്വസിക്കുന്നത്.

തത്വശാസ്ത്രവും ശാസ്ത്രവും

ദർശനത്തെ ശാസ്ത്രങ്ങളുടെ ശാസ്ത്രം എന്നു പറയാറുണ്ട്. അതിനു കാരണമുണ്ട്. ഓരോ വിശേഷശാസ്ത്രത്തിലെയും നിയമങ്ങൾ ദർശനത്തിൽ അതുപോലെ പ്രയോഗക്ഷമങ്ങളല്ല എങ്കിലും എല്ലാ വിശേഷശാസ്ത്രങ്ങളിലെയും നിയമങ്ങൾക്കാധാരമായ സാമാന്യനിയമങ്ങൾ ദർശനത്തിൽ കണ്ടെത്താം. അതുകൊണ്ടാണു ദർശനത്തെ ശാസ്ത്രങ്ങളുടെ ശാസ്ത്രം എന്നു വിളിക്കുന്നത്. തത്വശാസ്ത്രമെന്നാൽ വെറും വാചകക്കസർത്താണെന്നും മറിച്ചു ശാസ്ത്രമെന്നാൽ അതു പരീക്ഷണനിരീക്ഷണങ്ങളിലൂടെ കണ്ടുപിടിച്ച അച്ചട്ടായ സത്യമാണെന്നും ഒരു ധാരണയുണ്ട്. അതു ശരിയല്ല. പരീക്ഷണനിരീക്ഷണങ്ങളിലൂടെ ചെന്നെത്തിയ നിഗമനങ്ങൾ തന്നെയാണു തത്വശാസ്ത്രത്തിന്റെയും നിയമങ്ങൾ. അവ സാമാന്യനിയമങ്ങളാണെന്നുമാത്രം.

ദർശനത്തെ സാമാന്യശാസ്ത്രം എന്നുവിളിക്കാം. മൂർത്തങ്ങളായ വിശേഷശാസ്ത്രങ്ങൾക്കു ചിന്തിക്കാനാവശ്യമായ പ്രശ്നങ്ങൾ ആദ്യമായി ഉന്നയിക്കപ്പെട്ടിട്ടുള്ളതു പലപ്പോഴും ദർശനത്തിലാണ്. ദാർശനികൻ ഉയർത്തിയ പ്രശ്നങ്ങൾക്കു ശാസ്ത്രജ്ഞന്മാർ പിൽക്കാലത്ത് ഉത്തരം കണ്ടെത്തിയിട്ടുണ്ട്. തത്വശാസ്ത്രത്തിന്റെ വികാസമായിട്ടാണു ശാസ്ത്രങ്ങൾ നിലനിൽക്കുകയും വളരുകയും ചെയ്തിട്ടുള്ളതെന്നു ചുരുക്കിപ്പറയാം.

തത്വശാസ്ത്രവും ശാസ്ത്രവും തമ്മിലുള്ള ബന്ധത്തെ ഒരുവശത്തുനിന്നു മാത്രം കണ്ടുകൂടാ. ശാസ്ത്രങ്ങളുടെ വിശേഷപ്പെട്ട കണ്ടുപിടുത്തങ്ങളുടെ ഫലമായി ദർശനം തന്നെ വളരുകയുണ്ടായിട്ടുണ്ട്. ആധുനികകാലങ്ങളിൽ ഇതു വിശേഷിച്ചു കാണാൻ കഴിയും. ദാർശനികന്റെ ചുമതല വളരെ ഭാരിച്ചതാണെന്ന് ഇതിൽനിന്നു വ്യക്തമാവുന്നു. എല്ലാ

വിജ്ഞാനശാഖകളിലെയും എല്ലാ വിജ്ഞാനവികാസവും ഉൾക്കൊണ്ടു മാത്രമേ ഒരു ദാർശനികന് ദാർശനികനെന്ന നിലയിൽ തന്റെ ചുമതല നിറവേറ്റാനാവൂ. എംഗൽസ് *പ്രകൃതിയുടെ വൈരുധ്യാത്മകത* (Dialectics of Nature) എന്ന പേരിൽ എഴുതിയ ബൃഹത്തായ ഒരു ഗ്രന്ഥത്തിന്റെ കുറിപ്പുകൾ ഉണ്ട്. അതു പരിശോധിച്ചാൽ ഇക്കാര്യം വ്യക്തമാവും.

ഇന്ന് ശാസ്ത്രജ്ഞന്മാരുടെ വ്യൂഹമാകെ പഠിച്ചുകൊണ്ടിരിക്കുന്ന അനേകം പ്രശ്നങ്ങളെപ്പറ്റി പ്രാചീന തത്വചിന്തകർക്ക് തലപുകഞ്ഞാലോചിക്കേണ്ടി വന്നു. അവർക്കു താൽപ്പര്യമില്ലാത്ത വിഷയങ്ങളുണ്ടായിരുന്നില്ല. അവർ ലോകോൽപ്പത്തിയെ വിശദീകരിക്കാൻ ശ്രമിച്ചു, ലോകത്തെ അറിയാൻ സാധ്യമാണോ എന്നതിനെപ്പറ്റി ആലോചിച്ചു, അതേ സമയം തന്നെ മഴവില്ല് എവിടെനിന്നു വരുന്നുവെന്നും സൂര്യഗ്രഹണവും ചന്ദ്രഗ്രഹണവും എന്തുകൊണ്ടുണ്ടാവുന്നുവെന്നും മിന്നലിന്റെ സ്വഭാവമെന്താണെന്നും മറ്റുമുള്ള പ്രശ്നങ്ങൾക്ക് ഉത്തരം കാണാൻ ശ്രമിക്കുകയും ചെയ്തു.

ആദ്യത്തെ യവനദാർശനികനും സപ്തജ്ഞാനികളിലൊരാളുമായിരുന്ന ഥേലിസ് പൈതഗോറസിനെപ്പോലെ ഗണിതശാസ്ത്രത്തിന്റെ സ്ഥാപകനെന്ന നിലയ്ക്കും വിഖ്യാതനായിരുന്നു. കൂടാതെ സൂര്യഗ്രഹണങ്ങൾ പ്രവചിക്കാൻ കഴിവുള്ള ജ്യോതിശാസ്ത്രജ്ഞനും കച്ചവടകാര്യങ്ങളിൽ അഭിജ്ഞനുമായിരുന്നു അദ്ദേഹം. രാഷ്ട്രീയവും അദ്ദേഹത്തിന് അന്യമായിരുന്നില്ല. വർഷത്തെ 365 ദിവസങ്ങളായും മാസത്തെ 30 ദിവസങ്ങളായും വിഭജിച്ചത് ഥേലിസാണെന്നു വിശ്വസിക്കപ്പെടുന്നു.

മറ്റൊരു യവനദാർശനികനായിരുന്ന എംപഡോക്ലിസ് ഒരേസമയം തന്നെ കവിയും ഭിഷഗ്വരനും വാഗ്മിയും രാഷ്ട്രതന്ത്രജ്ഞനും ശാസ്ത്രജ്ഞനുമായിരുന്നു. ഒരു പ്രബന്ധത്തിലല്ല, പ്രകൃതിയെപ്പറ്റി എന്ന കവിതയിലാണ് അദ്ദേഹം തന്റെ ദാർശനികവീക്ഷണങ്ങൾ പ്രതിപാദിച്ചത്. അദ്ദേഹം സിസിലിയിൽ ഒരു പ്രഭാഷണകലാശാല സ്ഥാപിക്കുകയും പ്രായോഗിക പ്രാധാന്യമുള്ള പല കണ്ടുപിടുത്തങ്ങളും നടത്തുകയും ചെയ്തു. സിസിലിയുടെ തീരത്തുള്ള അഗ്രിഗെന്റം എന്ന പട്ടണത്തിലെ ശീതോഷ്ണാവസ്ഥപോലും അദ്ദേഹം മാറ്റിയെന്നൊരു കഥയുണ്ട്. സ്നേഹവൈരങ്ങളാൽ ഇളക്കിവിടപ്പെടുന്ന നാലു ഭൗമമൂലകങ്ങളെക്കുറിച്ചുള്ള ദാർശനികസിദ്ധാന്തത്തിനു പുറമെ, കൂടുതൽ സവിശേഷസ്വഭാവമുള്ള അനേകം പരികൽപ്പനകളും അദ്ദേഹം മുന്നോട്ടു വച്ചു. ഉദാഹരണത്തിന് വായു ഘനീഭവിച്ചുണ്ടായതാണ് ചന്ദ്രൻ എന്നായിരുന്നു അദ്ദേഹത്തിന്റെ അഭിപ്രായം. പ്രകാശം നിശ്ചിതവേഗത്തിൽ പരക്കുന്നുവെന്ന അദ്ദേഹത്തിന്റെ അഭ്യൂഹം അത്യുജ്ജ്വലമായിരുന്നുവെന്ന് ആധുനികശാസ്ത്രജ്ഞർ കരുതുന്നു. ജൈവവസ്തുക്കളുടെ ഉൽപ്പത്തിയെപ്പറ്റി അദ്ദേഹം സുധീരമായ ഒരു പരികൽപ്പന മുന്നോട്ടുവച്ചു. പ്രകൃതിനിർധാരണപ്രശ്നത്തെ ജീവശാസ്ത്രപരമായ പരിണാമത്തിന്റെ അടിത്തറയായി ആദ്യമായി ഉന്നയിച്ചിട്ടുള്ളത് അതിലാണ്. മനുഷ്യന്റെ ശരീരഘടനയെക്കുറിച്ചുള്ള ഗവേ

ഷണത്തിലും അദ്ദേഹം താൽപ്പര്യമെടുത്തു. നേത്രഘടനയെയും ദൃക്സം വേദനസംവിധാനത്തെയും കുറിച്ച് ഒരു സമ്പൂർണ സിദ്ധാന്തം തന്നെ അദ്ദേഹം ആവിഷ്കരിച്ചു.

ശരിക്കും സർവതോമുഖമായ ഒരു വ്യക്തിത്വത്തിന്റെ ഉടമയായിരുന്നു അരിസ്റ്റോട്ടിൽ. തന്റെ കാലത്തെ ദാർശനിക-ശാസ്ത്രീയ പരിജ്ഞാനത്തിന്റെ എല്ലാ ശാഖകളെയും അദ്ദേഹത്തിന്റെ കൃതികൾ സമാശ്ലേഷിക്കുന്നുണ്ട്. അനേകശതാബ്ദകാലത്തേക്ക് പാശ്ചാത്യ- പൗരസ്ത്യതത്വചിന്തകളുടെ വികാസത്തെ സ്വാധീനിച്ച ദാർശനികകൃതികൾക്കു പുറമെ, അരിസ്റ്റോട്ടിൽ വിവിധ പ്രശ്നങ്ങളെക്കുറിച്ച് പ്രത്യേക പ്രബന്ധങ്ങളെഴുതി. അരിസ്റ്റോട്ടിലെഴുതിയ *നിക്കോമാഹിന്റെ ധർമശാസ്ത്രം* ധാർമികപ്രശ്നങ്ങളെയും *രാഷ്ട്രമീമാംസ* രാഷ്ട്രീയപ്രശ്നങ്ങളെയും, *കാവ്യശാസ്ത്രം* കലാസിദ്ധാന്തത്തെയും, *പ്രഭാഷണശാസ്ത്രം* പ്രസംഗപാടവത്തെയും പ്രതിപാദിക്കുന്നു. ചിന്താരൂപങ്ങളുടെ ശാസ്ത്രമായ ഔപചാരിക തർക്കശാസ്ത്രത്തെക്കുറിച്ചെഴുതാനുള്ള വിശദമായ ഒരു പദ്ധതിക്ക് അദ്ദേഹം രൂപംനൽകി.

പ്രാചീനദാർശനികരുടെ എല്ലാ ആശയങ്ങളും ശരിയായിരുന്നു എന്നു പറഞ്ഞുകൂടാ. ലോകത്തിന്റെ ഒരു സാമാന്യചിത്രം വരച്ചുകാട്ടാനുള്ള ശ്രമത്തിൽ അവർ പ്രതിഭാസങ്ങളുടെ യഥാർഥഹേതുക്കളുടെ സ്ഥാനത്ത് മിഥ്യയായവയെ, ഭാവനാസ്രഷ്ടങ്ങളായവയെ, പലപ്പോഴും അവരോധിക്കുകയും ഒരു പ്രമേയത്തെ സമർഥിക്കുന്നതിനു പകരം സാദൃശ്യങ്ങൾ ചൂണ്ടിക്കാട്ടുകയും ചെയ്തു. ഉദാഹരണത്തിന്, നിലവിലുള്ള സർവതും അതിസൂക്ഷ്മകണങ്ങളായ പരമാണുക്കൾ കൊണ്ടുണ്ടാക്കിയതാണെന്ന തന്റെ പരികൽപ്പനയ്ക്കുള്ള തെളിവായി, വായുവിൽ കാണുന്ന പൊടിപടലത്തിന്റെ അനിയതചലനത്തിന്റെ സാദൃശ്യം ചൂണ്ടിക്കാട്ടിയാൽ മതിയെന്ന് ഡെമോക്രിറ്റസ് വിശ്വസിച്ചു.

മാനവരാശിയുടെ വികാസത്തിന്റെ ആരംഭഘട്ടങ്ങളിൽ തത്വശാസ്ത്രം ശാസ്ത്രങ്ങളുടെ ശാസ്ത്രമായത് പ്രാചീനദാർശനികർക്ക് അപൂർവമായ അന്തർദൃഷ്ടിയുണ്ടായിരുന്നതുകൊണ്ടോ ഏതോ രഹസ്യം അവർക്ക് അറിയാമായിരുന്നതുകൊണ്ടോ അല്ല, പിന്നെയോ? അന്നു ശാസ്ത്രപരിജ്ഞാനം വളരെയേറെ പരിമിതവും അവികസിതവും ബീജരൂപത്തിലുള്ളതുമായിരുന്നതുകൊണ്ടാണ്. ക്രമേണ മനുഷ്യന്റെ അറിവ് വിപുലപ്പെട്ടതനുസരിച്ച് പ്രത്യേകം പ്രത്യേകം ശാസ്ത്രങ്ങൾ ആവിർഭവിച്ചു. ഗണിതം, ഭൗതികം, ജ്യോതിശാസ്ത്രം, രസതന്ത്രം, ഭൂഗർഭശാസ്ത്രം, ജീവശാസ്ത്രം തുടങ്ങിയ പ്രകൃതിശാസ്ത്രങ്ങളാണ് ആദ്യം ഉയർന്നുവന്നത്. പിന്നീടാണ് മനഃശാസ്ത്രം, ചരിത്രം, ധനതത്വ ശാസ്ത്രം തുടങ്ങി സമൂഹത്തെയും മനുഷ്യനേയും സ്പർശിക്കുന്ന മറ്റു ശാസ്ത്രങ്ങൾ ഉണ്ടായത്.

മധ്യകാലത്ത്, പരീക്ഷണങ്ങൾ നടത്തി പരിശോധിക്കുന്നതിനു മുൻപുതന്നെ ജനങ്ങൾ സ്വന്തം തീരുമാനത്തിലെത്തിച്ചേർന്നിരുന്നു. അവർ

അത്ഭുതങ്ങളിലും പ്രകൃത്യതീതതത്വവാദങ്ങളിലും വിശ്വസിച്ചുപോന്നു. ക്രിസ്തീയ മതസിദ്ധാന്തങ്ങളുടെ രൂപവൽക്കരണത്തിലും അരിസ്റ്റോട്ടിലിന്റെ നിഗമനങ്ങളുടെ വിശദീകരണത്തിലുമാണ് മധ്യകാലപണ്ഡിതന്മാർ അധികവും ശ്രദ്ധ ചെലുത്തിയത്.

ആധുനികകാലത്ത് തത്വശാസ്ത്രവും ശാസ്ത്രവും തമ്മിലുള്ള ബന്ധം കൂടുതൽ ദൃഢമായിവരുന്നുണ്ട്. പ്രപഞ്ചോൽപ്പത്തിയെ സംബന്ധിച്ചും ആത്യന്തികസത്യം എന്തെന്നതിനെ സംബന്ധിച്ചുമൊക്കെ തത്വശാസ്ത്രവും ശാസ്ത്രവും, വിശേഷിച്ചു ഭൗതികം (physics) ഒരുപോലെ തലപുകയുന്നുണ്ട് ഇന്ന്. ഭൗതികവും അതിഭൗതികവും ഒരേ വിഷയത്തിൽ ഒരുപോലെ ശ്രദ്ധ കേന്ദ്രീകരിക്കുന്ന അവസ്ഥ ശാസ്ത്രവിദ്യാർഥികൾക്കും തത്വശാസ്ത്രവിദ്യാർഥികൾക്കും ഒരുപോലെ രസകരമാണ്.

തത്വശാസ്ത്രവും മതവും

മതത്തിന്റെ ഉത്ഭവത്തെപ്പറ്റി മാക്സിം ഗോർക്കി പറയുന്നതിങ്ങനെയാണ്:

> സമൂഹത്തിന്റെ ശൈശവദശയിൽ സ്വയം രക്ഷപ്പെടാനുള്ള ജന്മവാസനയാൽ നയിക്കപ്പെട്ട്, ഭയഭക്തിബഹുമാനങ്ങളോടെ പ്രകൃതിയെ നോക്കിനിൽക്കാറുണ്ടായിരുന്നു മനുഷ്യൻ. പിന്നീടു പ്രകൃതിയോട് വെറും കയ്യാൽ സമരം ചെയ്യേണ്ടി വന്നപ്പോൾ മനുഷ്യൻ മതത്തെ സൃഷ്ടിച്ചു. അതവന്റെ കവിതയായിരുന്നു; പ്രകൃതിശക്തികളെക്കുറിച്ചുള്ള എല്ലാ അറിവുകളും, ചുറ്റുമുള്ള ശത്രുഘടകങ്ങളോട് ഏറ്റുമുട്ടിയപ്പോൾ ലഭിച്ച എല്ലാ അനുഭവങ്ങളും സമാഹരിക്കപ്പെട്ട കവിത. പ്രകൃതിയിന്മേലുള്ള മനുഷ്യരുടെ ആദ്യവിജയം അവരിൽ ഭദ്രതാബോധവും സ്വാഭിമാനവും കൂടുതൽ വിജയങ്ങൾ നേടാനുള്ള ആഗ്രഹവും ഉളവാക്കി.
>
> മതം തത്വശാസ്ത്രത്തിനു മുമ്പേ ഉണ്ടായതാണ്. പ്രപഞ്ചത്തെ സംബന്ധിച്ചു മനുഷ്യൻ ആദ്യം രൂപംനൽകിയ സാമാന്യവിജ്ഞാനമാണത്. അതുണ്ടായകാലത്തെ സർവവിജ്ഞാനകോശമായിരുന്നു മതം. അതിന്റെ യുക്തി സരളമായിരുന്നു. അത് അന്നു മനുഷ്യന്റെ അഭിമാനമായിരുന്നു, ഉത്സാഹമായിരുന്നു. മാനവജീവിതത്തിന്റെ ധാർമികവിലക്ക് അന്നു മതമായിരുന്നു. അന്നു മനുഷ്യന്റെ ആശ്വാസത്തിനും ന്യായീകരണത്തിനുമുള്ള സാർവത്രികമായ ഉറവിടമായിരുന്നു മതം.

പ്രകൃതിശക്തികളെ സ്തുതിക്കുന്നതും ആരാധിക്കുന്നതും അവയുടെ ആനുകൂല്യം നേടുന്നതിനുള്ള മാർഗമായി പ്രാചീനമനുഷ്യർ കണ്ടി

രുന്നു. പ്രകൃതിശക്തികളുടെ ആനുകൂല്യം ജീവിതം സുഗമമാക്കുന്നതിന് അനുപേക്ഷണീയമാണല്ലോ. മനുഷ്യൻ മതത്തിനു രൂപംകൊടുത്തതിന്റെ മുഖ്യകാരണം അതുതന്നെയായിരുന്നു. ആധുനികശാസ്ത്രങ്ങളുടെ ഉദയംവരെ മതത്തിന്റെയും തത്വശാസ്ത്രത്തിന്റെയും മുഖ്യമായ ഊന്നൽ പ്രകൃതിയിലും പ്രകൃതിശക്തികളിലും തന്നെയായിരുന്നു.

അഴിച്ചുമാറ്റാൻ വയ്യാത്തവിധം കെട്ടുപിണഞ്ഞുകിടക്കുന്നവയാണ് ഭാരതത്തിലെ മതവും തത്വചിന്തയും. ആദ്യകാല വൈദികമതം പ്രകൃതിശക്തികളെ വിളിച്ചാരാധിക്കുന്ന ലളിതമായ ഒരു മതമായിരുന്നു. വേദങ്ങൾ അതിന് മതിയായ തെളിവാണ്. *ഋഗ്വേദം* തന്നെ പരിശോധിച്ചുനോക്കുക. പ്രകൃതിശക്തികളെ സ്തുതിക്കുന്ന മന്ത്രങ്ങളാണ് അതിൽ അധികവും. അഗ്നിയെ സ്തുതിച്ചുകൊണ്ടാണ് *ഋഗ്വേദം* ആരംഭിക്കുന്നതും അവസാനിക്കുന്നതും. വിളിച്ചു കേഴാൻ പറ്റിയ പ്രകൃതിശക്തികളെയെല്ലാം ഋഗ്വേദകാലത്തെ ജനത വിളിച്ചുകേഴുകതന്നെ ചെയ്തു. വിശ്വാസമർപ്പിച്ച ശക്തികളെ അവർ മനുഷ്യോചിതങ്ങളായ വികാരങ്ങളും വിചാരങ്ങളും ഉടുപ്പും നടപ്പും എല്ലാം ഉള്ള ദേവന്മാരാക്കി മാറ്റി. ഭൂമി, അന്തരീക്ഷം, സ്വർഗം എന്നീ മൂന്ന് സ്ഥാനങ്ങളിലും ഉള്ള ശക്തികളുടെ പ്രതിനിധികളായി ഇന്ദ്രൻ, മിത്രൻ തുടങ്ങിയ മുപ്പത്തിമൂന്ന് പ്രധാനദേവതകളെയാണ് അവർ ആരാധിച്ചത്. മരണാനന്തരജീവിതമോ മോക്ഷമോ ആയിരുന്നില്ല ഋഗ്വേദീയരുടെ മുഖ്യലക്ഷ്യം. ഭൗതികാവശ്യങ്ങൾ നിറവേറ്റിക്കിട്ടുക എന്നതായിരുന്നു അവരുടെ ലക്ഷ്യം.

ഈജിപ്തുകാരുടെ മതാചാരങ്ങളിൽ, ഏറ്റവും പുരാതനമായ ഭക്തിസമ്പ്രദായം മുതൽ ഏകദൈവസിദ്ധാന്തം വരെയുള്ള വിശ്വാസങ്ങൾ കാണാം. നക്ഷത്രസമൂഹങ്ങൾ, മനുഷ്യർ, ദേവതകൾ, മൃഗങ്ങൾ തുടങ്ങി എല്ലാറ്റിനും അവർ അവരുടേതായ ഭക്ത്യാദരങ്ങളുടെ പങ്ക് അർപ്പിച്ചിരുന്നു. ഈജിപ്തുകാർ വിശുദ്ധജന്തുക്കളെയും സൂര്യനെയും ചന്ദ്രനെയും നൈൽനദിയെയും അവസ്ഥ്യത്വത്തെയും സർഗപ്രഭാവത്തെയും മനുഷ്യനെയും മന്ത്രവാദത്തെയും ആരാധിച്ചുപോന്നു.

ബാബിലോണിയക്കാരുടെ മതത്തിൽ പലതരത്തിലുള്ള വിശ്വാസങ്ങളും ആചാരക്രമങ്ങളും ഉണ്ടായിരുന്നു. മരണാനന്തരജീവിതത്തിന്റെ ഭദ്രതയ്ക്കുവേണ്ടി അനന്തമായ കാലം മുഴുവനും ഒരിളക്കവും ഏൽക്കാതെ നിഷ്പന്ദമായി മരിച്ചുകിടക്കുന്നതിനു കഴിയണമെന്നതായിരുന്നു അവരുടെ മുഖ്യമായ ആഗ്രഹം. ബാബിലോണിയക്കാർ ഈശ്വരഭജനം നടത്തിവന്നിരുന്നതിന്റെ മുഖ്യമായ ലക്ഷ്യം ഈശ്വരകോപങ്ങളിൽനിന്നുമുള്ള മോചനവും ഭൗതികമായ ഐശ്വര്യലബ്ധിയും ആയിരുന്നു.

ഇബ്രയേക്കാരുടെ മതം അവരുടെ ആദർശങ്ങളുടെ പരിണതമായ പൂർത്തീകരണവും അവരുടെ പ്രവർത്തനങ്ങളുടെ മൂർത്തിമദ്ഭാവവും ആയിരുന്നു. പകൽ പൊള്ളുന്ന ചൂടും രാത്രിയിൽ അസഹ്യമായ തണുപ്പും ഉള്ള മരുഭൂമിയിൽ ജീവിതവുമായി മല്ലടിച്ചുകൊണ്ട് അലഞ്ഞുതിരിഞ്ഞു നടന്ന കാലത്തുതന്നെ അവരുടെ മതത്തിന്റെ വിത്തുകൾ വിത

യ്ക്കപ്പെട്ടു കഴിഞ്ഞിരുന്നു. ബാബിലോണിയക്കാർ പ്രകൃതിപ്രതിഭാസങ്ങളെയെന്നപോലെതന്നെ അരമേയിക്കാരുടെയും കാനായക്കാരുടെയും ദൈവങ്ങളെയും പൂർണമായോ ഭാഗികമായോ സ്വീകരിച്ചു. മതത്തിൽ അധിഷ്ഠിതവും വികസ്വരവുമായ ഒരു തത്വശാസ്ത്രം വളർത്തിയെടുക്കുന്നതിന് വളരെ മുൻപന്തിയിൽനിന്നിരുന്ന മറ്റു ജനതകളുമായി സിദ്ധിച്ച സാംസ്കാരികസമ്പർക്കം അവരെ വളരെ സഹായിച്ചു.

പേർഷ്യക്കാരുടെ സംഭാവനകളിൽവച്ച് ഏറ്റവും കൗതുകകരമായിട്ടുള്ളത് അവരുടെ മതമാണ്. അക്ഷുര, അനഹേത, മിത്ര, ഹോമ തുടങ്ങിയ ദേവന്മാർ പ്രകൃതിപ്രതിഭാസങ്ങളിൽ അധിവസിച്ചിരുന്നു എന്ന് അവർ വിശ്വസിച്ചു. അതിന്റെ അടിസ്ഥാനത്തിൽ ഒരുതരം ജീവവാദസിദ്ധാന്തമായിരുന്നു അവർ ആചരിച്ചിരുന്നത്. പിന്നീട് ആവിർഭവിച്ച സൊരാഷ്ട്രിയൻ മതം ഇതിനെ പിന്നിലാക്കുകയും അത് ക്രമേണ പേർസ്യാക്കാരുടെ മതമായിത്തീരുകയും ചെയ്തു.

ആദിമജനങ്ങളുടെ മതങ്ങളെ അപേക്ഷിച്ച് ഗ്രീക്കുകാരുടെ മതത്തിന് പ്രകടമായ ഒരു വ്യത്യാസമുണ്ട്. ഗ്രീക്കുകാരുടെ ദേവന്മാർ കലഹസ്വഭാവികളും കാമമോഹിതരും ലൗകികരും ആയ വിശിഷ്ടമനുഷ്യർ മാത്രമാണ്. അമരത്വംകൊണ്ട് അനുഗൃഹീതരാണെന്നുള്ള ഒരു കാര്യം ഒഴിച്ചുനിറുത്തിയാൽ അവർ ഏറിയ കൂറും മനുഷ്യരെപ്പോലെ പ്രവർത്തിക്കുകയും പെരുമാറുകയും ചെയ്തിരുന്നവരും കാമചാരികളുമത്രെ.

ഗ്രീക്കുമതവും ഗ്രീക്കുതത്വചിന്തയും തമ്മിലുള്ള അതിർത്തി അടയാളപ്പെടുത്തുന്ന ഒരു ഋജുരേഖ വരയ്ക്കുക സാധ്യമല്ല. സമൂഹത്തിൽ കൂടുതൽ അഭ്യുന്നതി നേടിയവർ തത്വചിന്തകരായിരുന്നു. ഇവർ മതത്തെ സമഗ്രമായി സമീപിക്കാതെ ഏകാഗ്രമായി വീക്ഷിച്ച് തത്വചിന്താപരമായി വ്യാഖ്യാനിക്കുന്നതിൽ ഉത്സുകരായിരുന്നു.

ഹോമർ, ഹെസിയോഡ് തുടങ്ങിയ പ്രാചീനഗ്രീക്കുകവികൾ പ്രപഞ്ചസൃഷ്ടിയെപ്പറ്റി ചിന്തിച്ചിരുന്നു. ദൈവം ഉണ്ടെന്നും സ്വഹിതം അനുസരിച്ച് അദ്ദേഹം ഈ പ്രപഞ്ചത്തിൽ മാറ്റങ്ങൾ വരുത്തുന്നു എന്നും ഹോമർ സിദ്ധാന്തിച്ചു. ദാർശനികരാകട്ടെ, അന്ധവിശ്വാസജടിലമായ ഇതിഹാസവ്യാഖ്യാനങ്ങൾക്കുമപ്പുറത്തേക്ക് കടന്ന് ഈ ഭൗതികലോകം എങ്ങനെ നിലവിൽവന്നു എന്ന പ്രശ്നത്തിന് നൈസർഗികവും യുക്തിയുക്തവുമായ ഒരു സമാധാനം കണ്ടുപിടിക്കുവാൻ ഉദ്യമിച്ചു. തത്വചിന്താപരമായ ലക്ഷ്യമായിരുന്നു ഇപ്രകാരമുള്ള സമീപനങ്ങൾകൊണ്ട് മുഖ്യമായി ഉദ്ദേശിച്ചതെങ്കിലും ശാസ്ത്രീയഗവേഷണങ്ങൾക്കും ഇവ അടിത്തറ പാകി.

പ്രാചീന ഇറ്റാലിയൻ വർഗക്കാരുടെ മതം ബാഹ്യപ്രേരണകളിൽ നിന്നു താരതമ്യേന വിമുക്തമായിരുന്നു. കുടുംബദൈവങ്ങൾക്കായിരുന്നു ഏറ്റവും കൂടുതൽ പ്രാധാന്യം. അവരുടെ പ്രധാനപ്പെട്ട അഭിലാഷം കുടുംബത്തിന്റെ ശാശ്വതമായ നിലനിൽപ്പ് ആയിരുന്നതിനാൽ കുടുംബരക്ഷ നടത്തിവന്ന ദൈവങ്ങളെ ഭക്തിയോടെ ഭജിച്ചുവന്നു. ഓരോ കുടുംബ

ത്തിനും സ്വന്തം കുടുംബദേവതയുണ്ടായിരുന്നു. ജാനസ്, വെസ്ത, ഝൂണോ തുടങ്ങിയ എല്ലാ മൂർത്തികളെയും കുടുംബപിതാവിന്റെ അധ്യക്ഷതയിൽ വളരെ ലളിതമായ ചടങ്ങുകൾ നടത്തി ആരാധിച്ചുവന്നു.

ഇന്ത്യക്കാരുടെ തത്വചിന്താധിഷ്ഠിതമായ മതത്തിന്റെയും ഗ്രീക്കുകാരുടെ ശുദ്ധമായ തത്വചിന്തയുടെയും ഇടയ്ക്കുള്ള ഒരു കാഴ്ചപ്പാടാണ് ചൈനക്കാരുടെ ജീവിതദർശനം വെച്ചുപുലർത്തിയിരുന്നത്. കൺഫ്യൂഷ്യൻമതവും താവോയിസവും (ചൈനീസ് തത്വചിന്തകനായ ലാവോത്സേ സ്ഥാപിച്ച മതം) പ്രചാരത്തിലുള്ള ദർശനങ്ങളായിരുന്നു എന്നു പറയാം. ഇവ രണ്ടിൽനിന്നും ഒരു പ്രകൃതിമതം ഉരുത്തിരിഞ്ഞു. അസംഖ്യം ചൈനക്കാർ ബുദ്ധമതം സ്വീകരിക്കുകയുണ്ടായി. ചൈനക്കാരുടെ ചരിത്രത്തിൽ ബുദ്ധമതത്തിന് ഒരു പ്രധാനസ്ഥാനമുണ്ട്.

തത്വചിന്ത ചൈനക്കാരുടെ സ്വഭാവത്തിന്റെ ഒരംശമാണ് എന്നു പറയാറുണ്ട്. പാശ്ചാത്യവീക്ഷണത്തെ ആധാരമാക്കി വിലയിരുത്തുകയാണെങ്കിൽ അവരുടെ മതങ്ങൾതന്നെ ദർശനങ്ങളാണ്. തത്വചിന്താപരമായ ഒരു കാഴ്ചപ്പാടോടുകൂടിയാണ് അവർ ജനനത്തെയും മരണത്തെയും കണക്കാക്കുന്നത്. എല്ലാം വിധിവിഹിതമാണെന്നു കരുതി ഭാഗ്യനിർഭാഗ്യങ്ങളെ സമബുദ്ധിയോടെ അവർ സ്വീകരിക്കുന്നു. വേദനയെ അവർ വകവയ്ക്കാറില്ല. എന്നാൽ, സൗന്ദര്യത്തെക്കുറിച്ച് അവർ തികച്ചും ബോധവാന്മാരാണ്. തത്വചിന്ത എപ്പോഴും അവരുടെ കൂടെയുണ്ട്. ബി സി 1250 ൽ തന്നെ യൂസേ താഴെപ്പറയുന്ന വാക്കുകളിൽ മഹത്തായ ഒരു തത്വചിന്തയെയാണ് ഉൾക്കൊള്ളിച്ചിരിക്കുന്നത്; “ആരു കീർത്തിയെ പരിത്യജിക്കുന്നുവോ അയാൾ ദുഃഖം എന്തെന്ന് അറിയുന്നില്ല.” ചൗ രാജവംശക്കാലത്തെ അസ്വസ്ഥതകൾക്കിടയിൽ ചൈനയിലെ പണ്ഡിതന്മാർ, നിലവിലിരുന്ന അവരുടെ ഭരണകൂടത്തിന് നേടിയെടുക്കാൻ കഴിയാതിരുന്ന സാമൂഹ്യസ്ഥിരതയും ക്രമസമാധാനവും തത്വചിന്തയിലൂടെ വീണ്ടെടുക്കുവാൻ ഒരുദ്യമം നടത്തി. ഓരോ പ്രദേശത്തുമുള്ള നീതിന്യായക്കോടതികളും വ്യവസായങ്ങളിലും വ്യാപാരങ്ങളിലും ഏർപ്പെട്ടിരുന്ന സമ്പന്നരായ ജനങ്ങളെ സന്ദർശിച്ചുകൊണ്ട് അവർ നഗരം തോറും ഒരു പര്യടനം നടത്തി. ഇതിൽ ഒടുവിൽ പറഞ്ഞ കൂട്ടർ ദാർശനികരെ സഹഭാവത്തോടെ സ്വീകരിക്കുകയും അവരുടെ സംരംഭങ്ങളെ സാരമായി സഹായിക്കുകയും ചെയ്തു. കുങ്ചി അഥവാ കൺഫ്യൂഷ്യസ് ആയിരുന്നു (ഏകദേശം 551- 478 ബി സി) ഈ പ്രസ്ഥാനത്തിന്റെ മഹാനേതാവ്.

മായൻവർഗക്കാരുടെ സാമ്പത്തികസംവിധാനത്തിന്റെ മുഖ്യാധാരം കൃഷിയായിരുന്നു. മതാനുഷ്ഠാനങ്ങൾ മിക്കതും കൃഷിയെ ചുറ്റിപ്പറ്റിയാണ് നിന്നിരുന്നത്. ഭൂമിയായിരുന്നു മിക്ക ദേവന്മാരുടെയും വാസസ്ഥാനം. കിഴക്കും പടിഞ്ഞാറും തെക്കും വടക്കും ദിക്കുകളുടെ അധിപതികളായിരുന്നു ഈ ദേവന്മാർ. കൂടാതെ, വനങ്ങൾക്കും മഴയ്ക്കും സമതലപ്രദേശങ്ങൾക്കും ഫലപുഷ്ടിക്കും മൃഗങ്ങൾക്കും വേറെവേറെ ദേവന്മാരുണ്ടായിരുന്നു. വിത്തു വിതയ്ക്കുന്നതിന് മുമ്പും നായാട്ട് തുടങ്ങു

ന്നതിനുമുമ്പും ഒരു മരം മുറിക്കുന്നതിന് മുമ്പും അവർ പ്രാർഥനകളും പൂജകളും നടത്തിയിരുന്നു.

പൊതുവേ, മായൻവർഗക്കാരുടെ രീതിതന്നെയാണ് ആസ്ടെക്മതവും പിന്തുടർന്നിരുന്നത്. പക്ഷേ, രൂപത്തിലും സ്വഭാവത്തിലും അവരുടെ ദേവന്മാർക്ക് മനുഷ്യരോട് കൂടുതൽ അടുപ്പമുണ്ടായിരുന്നു. അവർ ശക്തിയും സൗന്ദര്യവുമുള്ള എന്തിനെയും ദേവന്മാരുടെ ഗണത്തിൽ ഉൾപ്പെടുത്തി. സൂര്യനാണ് അവരുടെ പ്രിയപ്പെട്ട ദേവൻ.

പ്രാചീനകാലത്തുതന്നെ മതം തത്വശാസ്ത്രത്തിന്, വിശേഷിച്ച് ആത്മീയവാദത്തിന് വഴിമാറിക്കൊടുക്കാൻ തുടങ്ങിയിരുന്നു. തത്വശാസ്ത്രം അതിന്റെ ആരംഭകാലത്ത്, മതം ചെയ്തതുപോലെ, സർവവിജ്ഞാനകോശരൂപത്തിലുള്ള ഒരു സ്ഥാനമാണ് അലങ്കരിച്ചതും. പിന്നീടു വ്യത്യസ്തമായ ഒരു വിജ്ഞനശാഖയായതോടുകൂടി ഓരോ മതത്തിനും അതിന്റേതായ തത്വശാസ്ത്രമുണ്ടായി. തത്വശാസ്ത്രമാകെ മതപരമാണെന്ന മിഥ്യാധാരണപോലും പ്രചരിപ്പിക്കപ്പെടുന്നത് അതുകൊണ്ടാണ്.

മതത്തെപ്പോലെ ഇത്രയധികം മനുഷ്യജീവിതത്തിൽ സ്വാധീനം ചെലുത്തുന്ന ഒരു വിഷയമില്ല. ഒപ്പം ഒരു കാര്യം കൂടി പറയണം. മതത്തെപ്പോലെ ഇത്രയധികം തെറ്റിദ്ധരിക്കപ്പെട്ടിട്ടുള്ള ഒരു വിഷയവുമില്ല. മതത്തെ വിചാരതലത്തിൽ സമീപിക്കാതെ വികാരതലത്തിൽ സമീപിക്കുന്നതാണ് ഏറ്റവും അധികം പ്രശ്നങ്ങളുണ്ടാകുന്നതിനു കാരണം. മതം ഏറ്റവും വലിയ സംഘടിതരൂപം കൈവരിച്ചതോടെയാണ് വൈകാരികാംശത്തിനു കൂടുതൽ പ്രാധാന്യം കിട്ടിയത്. മതത്തെ അതിന്റെ ചരിത്രപരമായ തത്വശാസ്ത്രബന്ധത്തിൽനിന്ന് അടർത്തിമാറ്റി കേവലം ഒരു സംഘടനയായോ സ്ഥാപനമായോ കാണാൻ തുടങ്ങി. തുടർന്ന് അതുവഴിയുള്ള നേട്ടങ്ങൾക്കുവേണ്ടി, വിശേഷിച്ചു രാഷ്ട്രീയ നേട്ടങ്ങൾക്കുവേണ്ടി മതത്തെ ഉപയോഗിക്കാനും തുടങ്ങി. അതു വൻതോതിലുള്ള മതസ്പർധയ്ക്കും മതകലഹങ്ങൾക്കും കാരണമായി.

തത്വശാസ്ത്രവും മറ്റു വിജ്ഞാനശാഖകളും

മാനവവിജ്ഞാനത്തിന്റെ വളർച്ചയുടെ ചരിത്രം വിസ്മയകരമാണ്. ഇന്നോളം മനുഷ്യൻ രൂപംനൽകിയ വിജ്ഞാനശാഖകളുടെ എണ്ണം തിട്ടപ്പെടുത്തുകപോലും ഇന്നു പ്രയാസമാകുന്നു. അത്രമാത്രമുണ്ട് അവ. വിശ്വപ്രശസ്ത തത്വശാസ്ത്രജ്ഞനും ഓസ്ട്രിയക്കാരനുമായ കാൾ പോപ്പർ (1902 –1994) പറയുന്നത് മനുഷ്യരുടെ പ്രശ്നങ്ങളും അവ പരിഹരിക്കാനുള്ള അവരുടെ ശ്രമങ്ങളുമാണ് വിജ്ഞാനത്തിന്റെ വളർച്ചയ്ക്കു കാരണമെന്നാണ്. അതിൽനിന്ന് മറ്റൊരു കാര്യം വ്യക്തമാകുന്നു. വിജ്ഞാനം മാത്രമല്ല, മനുഷ്യരുടെ പ്രശ്നങ്ങളും അവ പരിഹരിക്കാനുള്ള ശ്രമങ്ങളും വളരുകയാണ്.

കുറച്ചുകാലം മുമ്പുവരെ പറഞ്ഞിരുന്നത് പത്തുവർഷത്തിലൊരിക്കൽ മനുഷ്യരാശിയുടെ മൊത്തം വിജ്ഞാനം ഇരട്ടിക്കുന്നു എന്നാണ്. ആ തോതു മാറി. അഞ്ചുവർഷത്തിലൊരിക്കൽ മൊത്തം വിജ്ഞാനം ഇരട്ടിക്കുന്ന സ്ഥിതിയായി. ആ കണക്കും ഇപ്പോൾ കാലഹരണപ്പെട്ടിരിക്കുന്നു. അനുനിമിഷം വിജ്ഞാനം വളരുകയാണ്. അതനുസരിച്ചു വിജ്ഞാനശാഖകളുടെ എണ്ണവും വളരുകയാണ്. വിജ്ഞാനം ഒരു വടവൃക്ഷം പോലെയാണ്. ശാഖോപശാഖകളായി അനുദിനം പടർന്നുപന്തലിച്ചുകൊണ്ടിരിക്കുകയാണു വിജ്ഞാനമാകുന്ന വടവൃക്ഷം.

വിജ്ഞാനശാഖകളുടെ കൂട്ടത്തിൽ പല കാരണങ്ങൾകൊണ്ടും അഗ്രഗണ്യമാകുന്നു തത്വശാസ്ത്രം. ആദ്യകാലത്തു സമസ്തവിജ്ഞാനത്തിന്റെയും ആകെത്തുകയായി ദർശനം എണ്ണപ്പെട്ടിരുന്നു. കാലാന്തരത്തിൽ ഓരോ വിജ്ഞാനശാഖയും വേർപിരിഞ്ഞു പോയി. ശേഷിക്കുന്ന സാമാന്യവിജ്ഞാനശാഖയാകുന്നു ഇന്നു ദർശനം. മുമ്പു പറഞ്ഞതുപോലെ സിദ്ധാന്തം അഥവാ തത്വത്തിന്റെ ശാസ്ത്രമായതുകൊണ്ട് എല്ലാ വിജ്ഞാനശാഖകളിലും ദർശനം പ്രസക്തമാകുന്നു.

തത്വശാസ്ത്രത്തിലെ പക്ഷപാതം

പക്ഷപാതമെന്നത് ഒരു ദോഷമായിട്ടാണു പലപ്പോഴും കണക്കാക്കപ്പെടുന്നത്. നിഷ്പക്ഷത ആദരണീയമായ ഒരു സ്വഭാവമായും പലപ്പോഴും പരിഗണിക്കപ്പെടുന്നു. എന്നാൽ അതു ശരിയല്ല. പക്ഷപാതത്തിനു ദാർശനികമായ ഒരു മാനമുണ്ട്. പക്ഷപാതം നമുക്ക് ഇഷ്ടമാണോ അല്ലയോ എന്നതല്ല പ്രശ്നം. അത് ഒരു വസ്തുതയാണോ അല്ലയോ? അതാണു പ്രശ്നം. ഒരു വസ്തുത മാത്രമാണെന്നതാണു സത്യം. പക്ഷപാതം എല്ലായ്പ്പോഴും ദോഷമായിക്കൊള്ളണമെന്നില്ല. ഉദാഹരണത്തിനു ശരിതെറ്റുകളുടെ കാര്യമെടുക്കുക. തെറ്റിനോടു പക്ഷപാതം കാണിക്കുന്നതു ദോഷമായി എണ്ണാമെങ്കിലും ശരിയോടു പക്ഷപാതം കാണിക്കുന്നത് എങ്ങനെ ദോഷമാകും? എല്ലാ നിഷ്പക്ഷതയും ഫലത്തിൽ ഒരു പക്ഷത്തിനു സഹായകമോ മറുപക്ഷത്തിന് എതിരോ ആവും. തന്മൂലം അതു ഫലത്തിൽ പക്ഷപാതം തന്നെയാവും.

ദർശനത്തിൽ പക്ഷപാതമെന്നത് ഒഴിവാക്കാനാവാത്ത ഒരു സംഗതിയാകുന്നു. ഏതെങ്കിലുമൊരു ദർശനത്തിന്റെ പക്ഷത്തു നിന്നുകൊണ്ടുമാത്രമേ ദർശനത്തെപ്പറ്റി പഠിക്കാനാവൂ, ചിന്തിക്കാനാവൂ. പഠിക്കുക മാത്രമല്ല, പ്രവർത്തിക്കുകയും വേണം. ദർശനം പ്രവർത്തനത്തിന്റെ വഴികാട്ടിയാകുന്നു. പ്രയോഗത്തിലൂടെയാണു ദർശനത്തിന്റെ ശരിതെറ്റുകൾ തീരുമാനിക്കപ്പെടുന്നതും. വെറുതെ മേനിനടിക്കാനാണെന്നുണ്ടെങ്കിൽ ദർശനപരമായ പക്ഷപാതത്തിന്റെ ആവശ്യമില്ല.

ദർശനത്തിലെ ഏതു വിഷയം കൈകാര്യം ചെയ്യുമ്പോഴും പക്ഷപാതം അനിവാര്യമാകുന്നു. ഉദാഹരണത്തിന് ഈ പുസ്തകത്തിന്റെ ആദ്യഭാഗത്ത് ദർശനത്തിന്റെ ഉത്ഭവത്തെപ്പറ്റി പറഞ്ഞതോർമിക്കുക. ഭൗതികവാദത്തിന്റെ പക്ഷത്തുനിന്നുകൊണ്ടാണ് ആ പ്രശ്നം അവതരി

പ്പിച്ചിരിക്കുന്നത്. ചരിത്രപരമായ ഒരു സമീപനവുമാണ് അവിടെ പ്രകടമാവുന്നത്. കേവലമായ ആത്മീയവാദത്തിന്റെ പക്ഷത്തുനിന്നുകൊണ്ട് ആ പ്രശ്നത്തിനുത്തരം പറഞ്ഞാൽ മറ്റൊരു വിധത്തിലായിരിക്കും അത്. ചില ദിവ്യന്മാർ അഥവാ സിദ്ധന്മാർ അഥവാ മഹർഷിമാർ ദിവ്യദർശനം കൊണ്ടരുളിച്ചെയ്ത സത്യങ്ങളുടെ സമാഹാരമാണു ദർശനം എന്നായിരിക്കും കേവലാശയവാദിയുടെ ഉത്തരം. ദർശനത്തിന്റെ ചരിത്രത്തിൽ നിന്ന് വ്യക്തമാകുന്നതു ദർശനത്തിനു പക്ഷപാതമുണ്ട് എന്നാണ്.

മുമ്പ് തത്വശാസ്ത്രം പ്രകൃതിയുടെയും സമൂഹത്തിന്റെയും നിലനിൽപ്പിന്റെ അനേകം പ്രശ്നങ്ങളെ അനശ്വരതയുടെ വീക്ഷണകോണിൽ നിന്നു പരിഹരിച്ചതായും രണ്ടിന്റേയും നിയമങ്ങളെ എന്നെന്നേക്കുമായി നിശ്ചയിച്ചതായും അവകാശപ്പെട്ടു. ഇന്നാകട്ടെ, തനി വ്യക്തിപരമായ മാനുഷികാസ്തിത്വത്തിന്റെ, ചെറിയ അഹത്തിന്റെ നിലപാടിൽനിന്ന്- മനുഷ്യരുടെ കൊച്ചുകൊച്ചു ക്ലേശങ്ങളുടെയും ഭീതികളുടെയും ഉൽക്കണ്ഠകളുടെയും നിലപാടിൽനിന്ന് ലോകത്തെ നോക്കിക്കാണുകയെന്ന സവിശേഷമനോഭാവത്തെ ലോകവീക്ഷണത്തിന്റെ സാമാന്യപ്രശ്നങ്ങളുടെ സ്ഥാനത്ത് പ്രതിഷ്ഠിക്കാൻ ചില തത്വചിന്തകർ ശ്രമിക്കുന്നു. അസ്തിത്വവാദികളായ ദാർശനികർക്കു സഹജമായ ഒരു നിലപാടാണ് ഇത്.

തത്വശാസ്ത്രം, വ്യക്തി, സമൂഹം

വ്യക്തിയും സമൂഹവും തമ്മിലുള്ള ബന്ധം ഏറെ ചർച്ച ചെയ്യപ്പെടുന്ന ഒന്നാണ്. തത്വശാസ്ത്രത്തിൽത്തന്നെ പ്രധാനപ്പെട്ട ഒരു വിഷയമാണത്. തത്വശാസ്ത്രത്തിൽ സമൂഹത്തിന്റെ സ്ഥാനത്തു സാമാന്യവും വ്യക്തിയുടെ സ്ഥാനത്തു വിശേഷവും ആണു പ്രയോഗിക്കപ്പെടുന്ന പദങ്ങൾ.

ജീവികളിൽവെച്ച് ഏറ്റവും ഉയർന്ന സാമൂഹ്യജീവിയാണ് മനുഷ്യൻ. മനുഷ്യസമൂഹമാണ് ഏറ്റവും വലിയ തത്വശാസ്ത്രജ്ഞൻ. മനുഷ്യസമൂഹമെന്ന തത്വശാസ്ത്രജ്ഞൻ സൃഷ്ടിച്ചതാണ് എല്ലാ തത്വശാസ്ത്രങ്ങളും. മനുഷ്യസമൂഹത്തിലെ ഓരോ വ്യക്തിയും തത്വശാസ്ത്രജ്ഞനാണ്, വ്യക്തിയില്ലാതെ സമൂഹം ഇല്ലല്ലോ. എന്നാൽ എല്ലാ വ്യക്തികളും തത്വശാസ്ത്രജ്ഞന്മാരായി അറിയപ്പെടുന്നില്ല. വാസ്തവത്തിൽ തത്വശാസ്ത്രജ്ഞൻ, തത്വശാസ്ത്രകാരൻ എന്നീ പദങ്ങൾ വേർതിരിച്ചു പ്രയോഗിക്കുന്നതാണ് നല്ലത്. ഇംഗ്ലീഷിൽ രണ്ടിനേയും കുറിക്കാൻ ഫിലോസഫർ (philosopher) എന്ന പദമാണുപയോഗിക്കുന്നത്. തത്വശാസ്ത്രജ്ഞൻ എന്നാൽ തത്വശാസ്ത്രമറിയുന്നവൻ എന്നർഥം. ഓരോ വ്യക്തിക്കും അയാളുടേതായ ഒരു തത്വശാസ്ത്രമുണ്ടാകും. ആ നിലയ്ക്ക് അയാൾ തത്വശാസ്ത്രജ്ഞൻതന്നെയാണ്. തത്വശാസ്ത്രകാരൻ എന്നാൽ തത്വശാസ്ത്രം ഉണ്ടാക്കുന്നയാൾ എന്നർഥം. ഓരോ കാലഘട്ടത്തിലേയും സമൂഹത്തിന്റെയും അതിന്റെ ബോധത്തിന്റേയും അഭിവ്യക്തിയാണു തത്വശാസ്ത്രം. മനുഷ്യരാശിയുടെ വികാസത്തിന്റെ ചരിത്രത്തിലെ നിശ്ചിത ഘട്ടങ്ങളിൽ രൂപപ്പെടുന്ന സകലവിജ്ഞാനത്തിന്റെയും അന്തസ്സത്തയാണു തത്വശാസ്ത്രം. ആ അന്തസ്സത്ത കടഞ്ഞെടുക്കുന്നവരാണ് തത്വശാസ്ത്രകാരന്മാർ. അവർ അതു ചെയ്യുന്നതു നിരവധി ദാർശനികപ്രശ്ന

ങ്ങൾ ഉന്നയിക്കുകയും പരിഹരിക്കുകയും ചെയ്തുകൊണ്ടാണ്. അതിന് അവർ സമൂഹത്തിന്റെ ചരിത്രം, സമ്പദ്വ്യവസ്ഥ, രാഷ്ട്രീയം, ശാസ്ത്രം, സംസ്കാരം തുടങ്ങിയ എല്ലാ മണ്ഡലങ്ങളേയും അവലംബമാക്കും.

പതിനാറാം നൂറ്റാണ്ടിന്റെ ആരംഭത്തോടെ പാശ്ചാത്യനാഗരികതയുടെ ചരിത്രത്തിൽ ഒരു പുതിയ വ്യവസ്ഥിതിയുടെ ലക്ഷണങ്ങൾ പ്രത്യക്ഷപ്പെട്ടു തുടങ്ങി. മധ്യകാലമെന്നു നാം വ്യവഹരിച്ചുപോരുന്ന അവസ്ഥകൾ തിരോഭവിക്കുകയും ചെയ്തു. പുതിയതും പഴയതും ഒത്തൊരുമിച്ചുതന്നെ കുറെക്കാലം നിലനിന്നു. പുതിയത് പഴയതിന്റെ മേൽ ആധിപത്യം നേടിയത് സാവധാനത്തിലാകയാൽ അനേകവർഷങ്ങളുടെ പഠനത്തിൽനിന്നു മാത്രമേ മാറ്റങ്ങൾ മനസിലാക്കാൻ കഴിയുകയുള്ളൂ. നാടുവാഴിത്തത്തിനും അഭിജാതവർഗങ്ങൾ പുലർത്തിവന്ന സ്വാധീനശക്തിക്കും വാണിജ്യശ്രേണികളുടെ പ്രാധാന്യത്തിനും പള്ളിയുടെ പ്രേരകശക്തിക്കും നേരിട്ട ശക്തിക്ഷയം ജനങ്ങളെ കൂടുതൽ സ്വതന്ത്രമായി ചിന്തിക്കുന്നതിനും പ്രവർത്തിക്കുന്നതിനും സഹായിച്ചു. ഇങ്ങനെ മനുഷ്യസമുദായത്തിന്റെ രൂപാന്തരപരിണാമത്തിന് കൂട്ടുനിന്ന അനേകം കാരണങ്ങളിൽ രണ്ടെണ്ണം പ്രത്യേകം പ്രാധാന്യം അർഹിക്കുന്നു. അവ കുരിശുയുദ്ധങ്ങളും കണ്ടുപിടുത്തത്തിനും പര്യവേക്ഷണത്തിനും വേണ്ടിയുള്ള സമുദ്രയാത്രകളുമായിരുന്നു.

പുതിയ യുഗത്തിന്റെ ചലനചൈതന്യങ്ങളായി വർത്തിച്ച റോജർ ബേക്കണും ആൽബർട്ടസ് മാഗ്നസും തോമസ് അക്വിനാസും അസീസിയിലെ സെന്റ് ഫ്രാൻസിസും സിമാബ്യുവും ദാന്തേയും ജീവിച്ചിരുന്നത് 13-ാം നൂറ്റാണ്ടിലാണ്. ശാസ്ത്രീയ സമ്പ്രദായത്തോടുള്ള ആവേശം, മതപരമായ പ്രബുദ്ധത, കലയിലും ശിൽപ്പവിദ്യയിലും ആവിർഭവിച്ച നൂതനസങ്കേതങ്ങൾ എന്നിവ ശരിയായ നവോത്ഥാനത്തിന് പശ്ചാത്തലം സൃഷ്ടിച്ചു.

പതിനാറാം നൂറ്റാണ്ട് ഈ നിലപാടിൽവന്ന ഒരു മാറ്റത്തെ കുറിച്ചു. തത്വചിന്തകരും എഴുത്തുകാരും രാഷ്ട്രീയനേതാക്കന്മാരും മതപരിഷ്കർത്താക്കളും ശാസ്ത്രജ്ഞന്മാരും വിശ്വാസത്തോടെ ഭാവിയെ ഉറ്റുനോക്കി. കൂടുതൽ ഉറപ്പുള്ള ഒരു ജനസമൂഹത്തെ ഉൾക്കൊള്ളുന്ന ദേശീയരാഷ്ട്രങ്ങളുടെ ആവിർഭാവം ശാസ്ത്രത്തിന്റെ പുരോഗതിയെ കാര്യമായി സഹായിച്ചു. നാടുവാഴിത്തത്തിൽ നടമാടിയിരുന്ന അവ്യവസ്ഥിതിയും ചിന്താക്കുഴപ്പവും അതിനോടനുബന്ധിച്ച് നിലനിന്നിരുന്ന ദാരിദ്ര്യവും അന്ന് ശാസ്ത്രീയസംരംഭങ്ങളുടെ വളർച്ചയ്ക്ക് അനുകൂലമായിരുന്നില്ല. സമുദ്രയാത്രയിലൂടെ പുതിയ രാജ്യങ്ങളെ കണ്ടുപിടിച്ചത് അപരിചിതരായ ജനങ്ങളിൽനിന്നും പുതിയ ആശയങ്ങൾ ഉൾക്കൊള്ളുന്നതിനിടയാക്കി. അങ്ങനെ, ഒരു പുതിയ ലോകവും ഒരു പുതിയ കാഴ്ചപ്പാടും വളരാൻ തുടങ്ങി. കാലക്രമത്തിൽ അവ സാർവദേശീയമാനം ആർജിക്കാനും തുടങ്ങി. ആ പ്രക്രിയ തുടരുകയാണ്.

തത്വശാസ്ത്രത്തിന്റെ വികാസം

തത്വശാസ്ത്രത്തിന്റെ ചരിത്രമെന്നാൽ ആശയവാദവും ഭൗതികവാദവും തമ്മിലുള്ള സമരത്തിന്റെ ചരിത്രമാകുന്നു. ഈ രണ്ടു ധാരകളുടെയും പ്രാധാന്യം കുറച്ചുകാണാൻ പാടില്ല. മറ്റൊരു കാര്യം കൂടി ഇവിടെ എടുത്തുപറയേണ്ടതുണ്ട്. ആശയവാദം വസ്തുവിന്റെ യാഥാർത്ഥ്യത്തെയോ ഭൗതികവാദം ബോധത്തിന്റെ യാഥാർത്ഥ്യത്തെയോ നിഷേധിക്കുന്നില്ല. ആശയവാദം നിഷേധിക്കുന്നതു വസ്തുവിന്റെ പ്രാഥമികസത്യത്വത്തെയാണ്. അതുപോലെ ഭൗതികവാദം നിഷേധിക്കുന്നത് ആശയത്തിന്റെ പ്രാഥമികസത്യത്വത്തെയാണ്. ആശയവാദവും ഭൗതികവാദവും തത്വശാസ്ത്രമാണ്. ഈ യാഥാർത്ഥ്യം ആശയവാദികളും ഭൗതികവാദികളും ഓർമിക്കേണ്ടതാണ്.

മറ്റെല്ലാ വിജ്ഞാനശാഖകൾക്കുമെന്നപോലെ ദർശനത്തിനും അതിന്റേതായ ഉൽപ്പത്തിവികാസപരിണാമങ്ങളുടെ ചരിത്രമുണ്ട്. ഈ യാഥാർത്ഥ്യത്തെ നിഷേധിച്ചുകൊണ്ടല്ല ദർശനത്തിന്റെ ചരിത്രം ആശയവാദവും ഭൗതികവാദവും തമ്മിലുള്ള സമരത്തിന്റെ ചരിത്രമാണെന്നു പറയുന്നത്. മറ്റൊരുവിധത്തിൽ പറഞ്ഞാൽ, ദർശനം ഒരു വിജ്ഞാനശാഖയായി നിലനിന്നുപോന്നിട്ടുള്ളത് ആശയവാദവും ഭൗതികവാദവും തമ്മിലുള്ള സമരത്തിന്റെ രൂപത്തിലാണ്. ദർശനത്തിന്റെ ചരിത്രമെന്നാൽ ആശയവാദത്തിന്റെയും ഭൗതികവാദത്തിന്റെയും ചരിത്രമാണ്. തനിക്ക് ഇഷ്ടമല്ലെന്നു കരുതി ഒരു ഭൗതികവാദിക്ക് ആശയവാദത്തിന്റെയോ ആശയവാദിക്കു ഭൗതികവാദത്തിന്റെയോ ചരിത്രത്തെ വെറുതെ തള്ളിക്കളയാനാവില്ല.

ദർശനത്തിന്റെ വികാസം സമമോ ഏകതാനമോ ആയ ഒരു പ്രക്രിയയായിരുന്നില്ല. പല ദേശങ്ങളിലും പല കാലങ്ങളിലും അതു പല വിധത്തിലായിരുന്നു. ചില കാലങ്ങളിൽ ചില ദേശങ്ങളിൽ ദർശനത്തിന്റെ

വികാസം വളരെ വേഗത്തിലായിരുന്നു. മറ്റു ചില കാലങ്ങളിൽ മറ്റു ചില ദേശങ്ങളിൽ അതു വളരെ മന്ദഗതിയിലായിരുന്നു. ഇങ്ങനെയൊക്കെയാണെങ്കിലും മൊത്തത്തിൽ നോക്കുമ്പോൾ ദർശനം വളരുകതന്നെയായിരുന്നു. അതിന്റെ ഫലമായി ആശയവാദത്തിന്റെ മണ്ഡലത്തിലും ഭൗതികവാദത്തിന്റെ മണ്ഡലത്തിലും വമ്പിച്ച മാറ്റങ്ങളുമുണ്ടായി.

എത്ര വിജ്ഞാനശാഖകളുണ്ടോ അത്രയും തത്വശാത്രങ്ങളുമുണ്ട് എന്ന് ഇന്നു പറയാൻ കഴിയും. ഒരുകാലത്തു പരസ്പരവിരുദ്ധങ്ങൾ എന്നു കരുതിയിരുന്ന തത്വശാസ്ത്രവും ശാസ്ത്രവും ഇന്നു പരസ്പര പൂരകങ്ങളാണെന്നു മാത്രമല്ല, ശാസ്ത്രത്തിന്റെ ദർശനം എന്നൊരു വിജ്ഞാനശാഖതന്നെ വളർന്നുവന്നുകഴിഞ്ഞിരിക്കുന്നു. തത്വശാസ്ത്രത്തിന്റെ ചരിത്രവും പുതിയൊരു വിജ്ഞാനശാഖയായി വളർന്നിരിക്കുന്നു.

കഴിഞ്ഞകാലത്തു തത്വശാസ്ത്രരംഗത്തുണ്ടായിരുന്ന പ്രാദേശികവും സങ്കുചിതവുമായ ചിന്താഗതികൾക്കു മറുപുറമെന്നവണ്ണം ആഗോളസമീപനം തത്വശാസ്ത്രരംഗത്തു വേരുറപ്പിച്ചിരിക്കുന്നു. ആഗോളവൽക്കരണമെന്ന ആധുനികപ്രതിഭാസം ഉടലെടുക്കുന്നതിനു മുമ്പുതന്നെ രൂപം കൊണ്ടതാണ് തത്വശാസ്ത്രരംഗത്തെ ആഗോളസമീപനം. അമേരിക്കൻ തത്വചിന്തകനായ ജോൺ സിപ്ലോട്ട് (മരണം 1990), ജാപ്പനീസ് തത്വചിന്തകനായ ഹാജിമേ നക്കാമുറ(1912 -1990) തുടങ്ങിയവർ ആഗോളതത്വശാസ്ത്രചരിത്രരചനാരംഗത്തു നൽകിയിട്ടുള്ള സംഭാവനകൾ ലോകത്താകമാനമുള്ള തത്വശാസ്ത്രപ്രണയികൾക്കു സന്തോഷം പകരുന്നവയാണ്. ജെയിംസ് ഫീസറും ബ്രാഡ്‌ലി ഡൗഡണും പ്രസാധകരായിട്ടുള്ള തത്വശാസ്ത്രത്തിന്റെ ഇന്റർനെറ്റ് എൻസൈക്ലോപീഡിയയും അഭിമാനാവഹവും സന്തോഷകരവുമായ ഒരു സംരംഭമാണ്.

ഉപസംഹാരം

തത്വശാസ്ത്രം വളരെ മുഷിപ്പനും ദുർഗ്രഹവുമാണെന്നാണല്ലോ പറയുക. പക്ഷേ, ഒരിക്കൽ അതിൽ താൽപ്പര്യം ഉണ്ടായിക്കഴിഞ്ഞാൽ പിന്നെ അതൊരു ഹരമായി മാറും. അത്രകണ്ടു മാനസോല്ലാസം പകരുന്ന വിജ്ഞാനശാഖയാണത്.

തത്വശാസ്ത്രം ദുർഗ്രഹമായതിന്റെ ഒരു കാരണം അതൊരു സാമാന്യശാസ്ത്രമാണെന്നതാണ്. തൊട്ടു നോക്കിയോ എണ്ണി നോക്കിയോ തിട്ടപ്പെടുത്താവുന്ന കാര്യങ്ങളല്ല തത്വശാസ്ത്രം പ്രതിപാദിക്കുന്നതിലധികവും. മറ്റെല്ലാ ശാസ്ത്രങ്ങളും പഠിക്കുന്നത് ചുറ്റുപാടുമുള്ള ലോകത്തിന്റെ മൂർത്തമായ ഭാഗത്തെയോ മണ്ഡലത്തെയോ കുറിച്ചാണ്, അതിന്റെ കെട്ടുപാടുകളെക്കുറിച്ചാണ്. തത്വശാസ്ത്രമാകട്ടെ ചുറ്റുപാടുമുള്ള ലോകത്തെ മൊത്തത്തിലാണ് പഠനവിധേയമാക്കുന്നത്, അതിന്റെ അന്തസ്സത്തയെയും അവസ്ഥയെയും വിശദീകരിക്കാനാണ് ശ്രമിക്കുന്നത്.

കഥയോ കവിതയോ പോലെ വായിച്ചുപോകാവുന്നതോ അനായാസമോ അല്ല തത്വശാസ്ത്രം. അൽപ്പം ശ്രദ്ധവെച്ചാൽ തത്വശാസ്ത്രം രസകരമായ ഒരു വിഷയമാക്കി മാറ്റാം. പ്രസിദ്ധ തത്വചിന്തകനും അനേകം തത്വശാസ്ത്രഗ്രന്ഥങ്ങളുടെ കർത്താവുമായ സി ഇ എം ജോഡ് (1891 -1952) *തത്വശാസ്ത്രപഠനസഹായി* (Guide to Philosophy) എന്ന പുസ്തകത്തിൽ തത്വശാസ്ത്രവിദ്യാർഥികൾക്കു നൽകിയിട്ടുള്ള ഉപദേശങ്ങൾ ശ്രദ്ധേയങ്ങളാണ്.

ഒന്നാമത്തെ ഉപദേശം ഒരിക്കലും ഒരു തത്വശാസ്ത്രഗ്രന്ഥം ഒറ്റയിരിപ്പിനു വായിച്ചുതീർക്കാൻ ശ്രമിക്കരുത് എന്നതാണ്. പകരം നിങ്ങൾക്ക് ഏറ്റവും ഇഷ്ടമുള്ളതോ പരിചയമുള്ളതോ ആയ കാര്യം പ്രതിപാദിക്കുന്ന അതിലെ രണ്ടോ മൂന്നോ അധ്യായം വായിക്കുക, പിന്നെ പുസ്തകം മടക്കി വയ്ക്കുക, മറ്റൊരിക്കൽ വായിക്കുക.

രണ്ടാമത്തെ ഉപദേശം, നിങ്ങൾ തെരഞ്ഞെടുത്ത അധ്യായങ്ങളിൽത്തന്നെ കഠിനമോ മുഷിപ്പനോ ആയ ഭാഗമുണ്ടെങ്കിൽ അതു തൽക്കാലം വായിക്കാതെ വിടുക, എന്നിട്ടു മുന്നോട്ടു വായിച്ചുപോവുക എന്നതാണ്.

മൂന്നാമത്തെ ഉപദേശം, വെറുതെ വായിച്ചു പോയതുകൊണ്ടു കാര്യമില്ല, വായിക്കുന്നതു മനസിലാക്കാൻ കഴിയുന്നുണ്ടോ എന്ന് ആത്മപരിശോധന നടത്തണം. മനസിലാവുന്നുണ്ടെന്നു തോന്നിയാൽ പോരാ, മനസിലാവുകതന്നെ വേണം. ഇല്ല എന്നു ബോധ്യമായാൽ തൽക്കാലം വായന നിർത്തിവയ്ക്കുന്നതുതന്നെയാണു നല്ലത്.

നാലാമത്തെ ഉപദേശം, മനസിലാവുന്നുണ്ട് എന്നുറപ്പാക്കാൻ വായിച്ചതു ചുരുക്കി എഴുതിവയ്ക്കുന്നതു നല്ലതാണ്. ഒരിക്കൽ വായിച്ചതു പിന്നീട് ഓർമ പുതുക്കണമെന്നുതോന്നിയാൽ ആ ചുരുക്കി എഴുതിവെച്ചതു വായിച്ചാൽ മതി. മനസിലാക്കിയ കാര്യങ്ങളുടെ ഒരു സൂചിക തയാറാക്കി വയ്ക്കുന്നതും നന്നായിരിക്കും.

അഞ്ചാമത്തെ ഉപദേശം, ഒറ്റയിരിപ്പിൽ അരമണിക്കൂർ അല്ലെങ്കിൽ മുക്കാൽ മണിക്കൂർ, അതിൽ കൂടുതൽ സമയം തത്വശാസ്ത്രപുസ്തകം വായിക്കാൻ ശ്രമിക്കരുത്.

തത്വശാസ്ത്രം ഒറ്റയടിക്കു വായിച്ചുതീർക്കാവുന്നതോ വെറുതെ വായിച്ചു തള്ളാവുന്നതോ അല്ല. വായിച്ച്, നന്നായി ചിന്തിച്ച്, സ്വാഭിപ്രായം രൂപപ്പെടുത്തി, പ്രവർത്തനത്തിനു വഴികാട്ടിയാക്കേണ്ടതാണത്. അതുകൊണ്ടുതന്നെ ഒരു കാര്യം ഉറപ്പിച്ചു പറയാം: വെറും ലാഘവബുദ്ധിയോടെ തത്വശാസ്ത്രം പഠിക്കാനാവുകയില്ല. പയ്യെത്തിന്നാൽ പനയും തിന്നാം എന്നു പറയുന്നതുപോലെ, മെല്ലെ മെല്ലെ പരിശ്രമിച്ചാൽ തത്വശാസ്ത്രവും മറ്റു വിജ്ഞാനശാഖകളെന്നപോലെ നമുക്കു വഴിപ്പെടുകതന്നെ ചെയ്യും.

ഗ്രന്ഥസൂചി

മലയാളം

എന്താണ് തത്വശാസ്ത്രം?, ഗലീന കിരിലെങ്കോ & ലീദിയ കോർഷുനോവ, വിവർത്തനം-ഗോപാലകൃഷ്ണൻ, പ്രോഗ്രസ് പബ്ളിഷേഴ്സ്, മോസ്കോ, 1988

ദർശൻ ദിഗ്ദർശൻ (ഹിന്ദി), രാഹുൽ സാംകൃത്യായൻ, കിത്താബ് മഹൽ, അലഹബാദ്, 1990

ഭാരതീയചിന്ത, കെ ദാമോദരൻ, കേരളഭാഷാ ഇൻസ്റ്റിറ്റ്യൂട്ട്, തിരുവനന്തപുരം, 1984

ലോകനാഗരികതയുടെ ചരിത്രം, ജെ ഇ സ്വെയ്ൻ, വിവർത്തനം ചെങ്ങന്നൂർ ശങ്കരവാര്യർ, കേരളഭാഷാ ഇൻസ്റ്റിറ്റ്യൂട്ട്, തിരുവനന്തപുരം, 1984

വ്യക്തിത്വത്തിന്റെ ശിഥിലീകരണം, മാക്സിം ഗോർക്കി, വിവർത്തനം എം കെ ഗംഗാധരൻ, സംഘപ്രസാധന, തിരുവനന്തപുരം, 1988

English

A critical history of modern philosophy, Y Masih, MLBD, Delhi, 1974

Guide to Philosophy, C E M Joad, London, 1948

Indian philosophy-a popular introduction, D P Chathopadhyaya, P P H, Delhi, 1982

Theory and practice-an introduction to Philosophy, Gerald Runkle, New York, 1985

What Philosophy is, Ed. Havi Carel & David Gamez, London, 2007

ശബ്ദാവലി

absolute-കേവലം, സമ്പൂർണ്ണം.

absolute idea-കേവലമായ ആശയം.

abstract-അമൂർത്തം, മാനസികം, ധാരണാപരം, സാങ്കൽപ്പികം.

actuality-വസ്തുത, വാസ്തവികത.

aesthetic appreciation-സൗന്ദര്യാസ്വാദനം.

aesthetic experience-സൗന്ദര്യാനുഭൂതി.

aesthetic expression-സൗന്ദര്യാവിഷ്കാരം, സൗന്ദര്യപ്രയോഗം.

aesthetics-സൗന്ദര്യശാസ്ത്രം, അലങ്കാരശാസ്ത്രം.

agnosticism-അജ്ഞേയതാവാദം.

altruism-പരാർഥവാദം, മറ്റാളുകളുടെ ക്ഷേമത്തിലുള്ള നിസ്വാർഥ താൽപ്പര്യം.

analogy-സാദൃശ്യം, ഉപമാനം.

analysis-അപഗ്രഥനം 1) ഒരു വസ്തുവിനെയോ വസ്തുതയെയോ അതിന്റെ അംശങ്ങളായി വിച്ഛേദിക്കൽ, 2) ഔപചാരിക തർക്കശാസ്ത്രത്തിൽ ഒരു ന്യായവാദത്തിന്റെ, യുക്തിപരമായ ഘടനയെ നിർണയിക്കൽ.

analytic philosophy-അപഗ്രഥനാത്മക തത്വശാസ്ത്രം.

analytical skill-അപഗ്രഥനപാടവം.

ancient philosophy-പ്രാചീനതത്വശാസ്ത്രം, പുരാതനതത്വശാസ്ത്രം.

animatism-ചൈതന്യവാദം.

animism-സർവാത്മവാദം.

antagonism-ശത്രുത, വിരോധം.

anthropocentrism-നരവംശകേന്ദ്രീകൃതവാദം.

antithesis-പൂർവപക്ഷം, വിരുദ്ധപക്ഷം.

a posteriori-അനുഭവാപേക്ഷം, അനുഭവോപേതം.

applied ethics-പ്രയുക്തധർമശാസ്ത്രം.

a priori-അനുഭവനിരപേക്ഷം, അനുഭവാതീതം.

architecture-വാസ്തുവിദ്യ.

argument-വാദം.

artistic activity-കലാസപര്യ.

artificial intelligence-കൃതകബുദ്ധി.

atheism-നിരീശ്വരവാദം, ദൈവത്തിന്റെ നിലനിൽപ്പിനെ നിഷേധിക്കുന്ന സിദ്ധാന്തം.

atomatism-സ്വയംപ്രവർത്തകത്വം.

atomism-അണുവാദം.

beauty-സൗന്ദര്യം.

being-അസ്തിത്വം, നിലനിൽപ്പ്..

bio-centrism-ജീവകേന്ദ്രീകൃതവാദം.

bio-diversity-ജൈവവൈവിധ്യം.

cardinal virtue-മൗലികനന്മ.

categories-പദാർഥങ്ങൾ, സംവർഗങ്ങൾ, പ്രപഞ്ചത്തിന്റെ ഘടകങ്ങളെ സംബന്ധിച്ച സാമാന്യവും അടിസ്ഥാനപരവുമായ തത്വങ്ങൾ.

catharsis-വികാരവിരേചനം.

causality -കാരണത.

causal relation-കാര്യകാരണ ഭാവം.

cause and effect -കാരണവും കാര്യവും.

cavil -വിതണ്ഡവാദം.

celibacy -ബ്രഹ്മചര്യം.

characteristics-സവിശേഷത.

class-വർഗം.

classification-വർഗീകരണം.

coding-ചിഹ്നനം.

co-existance-സാഹചര്യം.

cognate-സജാതം.

cognition-ബോധം, ജ്ഞാനം.

commerce-വാണിജ്യം.

commodity-ചരക്ക്.

comparison-താരതമ്യം.

concept-ആശയം, ധാരണ, ബോധം, സങ്കൽപ്പനം.

conceptualisation-ആശയരൂപവൽക്കരണം.

conception-അവബോധം, ധാരണ.

concrete-മൂർത്തം.

condemnation-അപലപനം, നിന്ദ.

condition-ഉപാധി, ഒന്നു മറ്റൊന്നിനെ ആശ്രയിച്ചു നിൽക്കുമ്പോൾ, ഏതൊന്നിനെ ആശ്രയിക്കുന്നുവോ ആ വസ്തുവിന് ഉപാധിയെന്നു പറയുന്നു.

conjunction-സംയോഗം.

connection-സംബന്ധം, സ്ഥലകാലങ്ങളിൽ വേർതിരിഞ്ഞുനിൽക്കുന്ന പ്രതിഭാസങ്ങളുടെ പരസ്പരാശ്രിതത്വം.

conscience-മനസ്സാക്ഷി.

consciousness-ബോധം, അവബോധം.

content-ഭാവം. ഉള്ളടക്കം.

contextualism-സന്ദർഭവാദം, അനുമാനത്തിൽ സന്ദർഭത്തിന്റെ പ്രാധാന്യം ഊന്നിപ്പറയുന്ന സമീപനം.

continental philosophy-യൂറോപ്യൻ തത്വശാസ്ത്രം.

contingent-അനിയമം, യാദൃച്ഛികം.

contrast-വ്യതിരേകാങ്കനം.

convensionalism-പാരമ്പര്യവാദം, ഗതാനുഗതികത്വം.

contradiction-വൈരുധ്യം.

contradictory-വിരുധം.

contrary-വിപരീതം.

convention-കീഴ്വഴക്കം.

conversion-വിനിമയം, മാറ്റം.

core-കാതൽ. മുഖ്യം.

cosmology-പ്രപഞ്ചോൽപ്പത്തിശാസ്ത്രം.

counter-argument-പ്രതിവാദം, എതിർവാദം.

counter-corelative-പ്രതിയോഗി.

craft-സർഗകൗശലം.

creative activity-സർഗാത്മകപ്രവർത്തനം, മനുഷ്യനുമാത്രം സഹജമായ പ്രവർത്തനം, യാന്ത്രികമല്ലാത്ത കർമ്മം.

creed-മതം.

creative process-സർഗപ്രക്രിയ.

creative thinking-സർഗാത്മകചിന്ത, മനുഷ്യനുമാത്രം സഹജമായ ചിന്ത, സാമാന്യമെന്ന സംവർഗത്തെ ഗ്രഹിക്കാനുള്ള കഴിവാണ് അതിന്റെ കാതൽ.

creativity-സർഗാത്മകത

crisis-പ്രതിസന്ധി.

criterion-മാനദണ്ഡം, മാനകം.

critical method-വിമർശാത്മക രീതി.

critique-നിരൂപണം, വിമർശനം.

dasein(German)-ദസൈൻ-അസ്തിത്വം.

data-വിവരങ്ങൾ.

decoding-അപചിഹ്നനം

deconstruction-അപസംഗ്രഥനം, അപനിർമാണം.

deduction-നിഗമനം

deductive method-നിഗമനാത്മകരീതി, സാമാന്യനിയമം ഉദാഹരണത്തിൽ സമന്വയിപ്പിച്ചു നിഗമനത്തിൽ എത്തുന്ന രീതി.

deed-കർമ്മം, പ്രവൃത്തി.

deep structure-ആന്തരഘടന.

definition-ലക്ഷണം, കൃത്യമായ നിർവചനം.

deism-ദൈവവാദം.

derivation-വ്യുൽപ്പാദനം, വ്യുൽപ്പത്തി.

descriptive-വിവരണാത്മകം.

determinism- നിയതത്വവാദം.

diachronic-ഗതകാലീനം.

dialect-ഭാഷാഭേദം.

dialectic-തർക്കം, പ്രതിപാദനം.

dialectics-വൈരുധ്യാത്മകത, ദ്വന്ദ്വാത്മകത.

dialectics-വൈരുധ്യാത്മകവാദം, വൈരുധ്യവാദം, ദ്വന്ദ്വാത്മകവാദം, വൈരുധ്യാത്മകത, ദ്വന്ദ്വാത്മകത.

dilemma-ധർമസങ്കടം.

discourse-വ്യവഹാരം.

disjunction-വിഭാഗം.

disobedience-അനനുസരണം.

doctrine-സിദ്ധാന്തം.

dogmatism-വരട്ടുതത്വവാദം.

dualism-ദ്വൈതവാദം, പ്രപഞ്ചത്തിന്റെ അടിസ്ഥാനം രണ്ടാണ് എന്നു കരുതുന്ന വീക്ഷണഗതി.

duty-ധർമം, ചുമതല.

dynamics-സഞ്ചലനം, മുന്നേറ്റം.

eclecticism-സങ്കരവാദം, പരസ്പരവിരുദ്ധങ്ങളായ തത്വങ്ങളെ യാന്ത്രികമായി കൂട്ടിയോജിപ്പിക്കൽ.

eco-centrism-പരിസ്ഥിതി കേന്ദ്രീകൃതവാദം.

ecology-പരിസ്ഥിതിവിജ്ഞാനീയം.

eco-philosophy-പരിസ്ഥിതിദർശനം.

eco-system-പാരിസ്ഥിതികവ്യവസ്ഥ.

eduction-യുക്ത്യുദ്ഭാവനം.

ego-അഹന്ത.

egoism-അഹംഭാവം, അഹങ്കാരം.

elimination of ignorance-അജ്ഞാനനിവൃത്തി.

empiricism- ഇന്ദ്രിയാനുഭവവാദം, അനുഭവൈകവാദം, അനുഭവവാദം, അനുഭവത്തിൽ സത്യമല്ലാത്തതൊന്നും സത്യമല്ലെന്ന സിദ്ധാന്തം.

ends-ലക്ഷ്യം.

enlightenment-ജ്ഞാനോദയം, ബോധോദയം.

enumerative-ഗണനാത്മകം.

environmental ethics-പാരിസ്ഥിതിക ധർമശാസ്ത്രം.

epistemology or gnoseology or theory of knowledge- ജ്ഞാന സിദ്ധാന്തം, അറിവിനെക്കുറിച്ചു പ്രതിപാദിക്കുന്ന തത്വശാസ്ത്രഭാഗം.

esse(Latin)-ആയിരിക്കുക, ഭവിക്കുക.

esse est percipii(Latin)-ആയിരിക്കുക എന്നാൽ അറിവിനു വിഷയീഭവിക്കുക എന്ന ബർക്കിലിയുടെ സിദ്ധാന്തം.

est (Latin) ആകുന്നു, ആണ്.

ether-ആകാശം.

ethics-ധർമശാസ്ത്രം, ആചാരസംഹിത, ധർമസംഹിത, നൈതികത.

etymology-നിരുക്തം, നിരുക്തി.

evaluation-മൂല്യനിർണയം.

evil-തിന്മ.

evolution-പരിണാമം.

exichange-വിനിമയം.

existentialism-അസ്തിത്വവാദം.

experiment-പരീക്ഷണം.

experimentalism-പരീക്ഷണവാദം.

exposition-ആവിഷ്കരണം.

extent-വ്യാപ്തി.

extremism-തീവ്രവാദം.

fact-വസ്തുത.

facticity-വാസ്തവികത.

faith-വിശ്വാസം.

fallacy-ഹേത്വാഭാസം.

fatalism-വിധിവിഹിതവാദം, എല്ലാം വിധിയാണെന്ന വിശ്വാസം.

feminism-സ്ത്രീപുരുഷസമത്വവാദം.

fetishism-അചേതനവസ്തുപൂജ, അചേതനവസ്തുക്കളെ മന്ത്രശക്തിയുണ്ടെന്നു കരുതി ആരാധിക്കൽ.

fiction-കൽപ്പിതകഥ.

fideism-വിശ്വാസാധിഷ്ഠിതവാദം, യുക്തിയെക്കാൾ വിശ്വാസത്തിനു പ്രാമാണ്യം കൽപ്പിക്കുന്ന ലോകവീക്ഷണം.

finite-സാന്തം, പരിമിതം.

form-രൂപം.

form and content-രൂപവും ഭാവവും.

formal-രൂപപരം, രൂപാത്മകം.

formalism-രൂപഭദ്രതാവാദം.

formation-രൂപവൽക്കരണം.

foundationalism- അധിഷ്ഠാനപരതാവാദം.

fraternity-സാഹോദര്യം.

function-വ്യാപാരം, ധർമം.

gender-ലിംഗം.

generative-പ്രജനകം.

general-സാമാന്യം.

genetic-ജനിതകം.

genius-പ്രതിഭ.

globalisation-ആഗോളവൽക്കരണം.

glottochronolgy-ഭാഷാകാലഗണനസിദ്ധാന്തം.

gnoseology- epistemology നോക്കുക.

good-നന്മ.

harmony- സാത്മ്യം.

hedonism-സുഖമാണു പരമപുരുഷാർഥമെന്ന വാദം.

hermeneutics-വ്യാഖ്യാനശാസ്ത്രം.

heterodox system-നാസ്തികവാദം.

heterogeneous-ബഹുരൂപം.

hierarchy-ഉച്ചനീചക്രമം.

homogeneous-ഏകരൂപം.

hypothesis-സങ്കൽപ്പനം.

human equality-മാനവ ഐക്യം.

humanism-മാനവതാവാദം, മനുഷ്യന്റെ നന്മയാണ് ഏറ്റവും പ്രധാനമെന്ന ചിന്താഗതി.

humanright-മനുഷ്യാവകാശം.

idea-ആശയം.

ideal-ആദർശം, ആദർശാത്മകം, എല്ലാംകൊണ്ടും ഉചിതമായത്.

idealism-ആശയവാദം, ആത്മാവ്-ബോധം-ചിന്ത-മനസ്സ് - ഇതാണ് പ്രാഥമികമെന്നു വാദിക്കുന്ന ദാർശനികസിദ്ധാന്തങ്ങൾക്കുള്ള പൊതുവായ പേര്.

ideology-പ്രത്യയശാസ്ത്രം, രാഷ്ട്രീയവും നിയമപരവും ധാർമികവും മതപരവും സൗന്ദര്യാത്മകവും ദാർശനികവുമായ വീക്ഷണങ്ങളുടെയും ആശയങ്ങളുടെയും സംഹിത.

ignorance-അജ്ഞാനം.

illusion-മിഥ്യ, മായ.

imitation-അനുകരണം.

immediate inference-സ്വാർഥാനുമാനം.

immortality-അമരത്വം.

implication-ഉദ്ദിഷ്ടാർഥം.

impression- പ്രതീതി, തോന്നൽ.

indeterminism-അനിയതത്വവാദം.

indifference-നിസ്സംഗത.

induction-ഉദ്ഗമനം.

inductive method-ഉദ്ഗമനാത്മകരീതി, ഉദാഹരണത്തിന്റെ അപഗ്രഥനത്തിൽനിന്ന് സാമാന്യനിയമത്തിൽ എത്തിച്ചേരുന്ന രീതി.

inference-അനുമാനം.

infinite-അനന്തം, അവസാനമില്ലാത്ത.

inflexion-പ്രകൃതി പ്രത്യയയോഗം.

informatics or information technology-വിവരസാങ്കേതികവിദ്യ.

information and knowledge-വിവരവും വിജ്ഞാനവും.

inherence-സമവായം.

innate-സ്വതസ്സിദ്ധം, നൈസർഗികം.

intellect-ബുദ്ധി.

intellectual-ബുദ്ധിജീവി, ബൗദ്ധികമായ.

intellectual prperty- ബൗദ്ധികസ്വത്ത്.

intellectualism-ബൗദ്ധികവാദം.

intelligence-ബുദ്ധി, ബുദ്ധിശക്തി.

intentionality-സോദ്ദേശത്വം.

interdisciplnary-അന്തർവിജ്ഞാനീയം

interdisciplnary study-അന്തർവിജ്ഞാനീയപഠനം

interiarisation-ആന്തരീകരണം.

internationalism-സാർവദേശീയത.

internet-ഇന്റർനെറ്റ്, അന്തർജാലം.

intuition-സ്വയംബോധം, ഉൾവിളി.

invalid-അപ്രമാണം.

invalidity-അപ്രാമാണ്യം.

invariable concomitance-വ്യാപ്തി.

investigation-അന്വേഷണം.

issue- വിഷയം, കാര്യം.

kinship-ബന്ധം.

knowledge-ജ്ഞാനം, യാഥാർഥ്യത്തെക്കുറിച്ചു മനുഷ്യമനസിലുണ്ടാകുന്ന ധാരണ.

lange- ഭാഷാവ്യവസ്ഥ.

law- നിയമം.

leap- കുതിച്ചുചാട്ടം, വികാസത്തിലുണ്ടാവുന്ന സമൂലമായ മാറ്റം.

liberalisation-ഉദാരവൽക്കരണം.

liberation-മോക്ഷം.

logos-ദൈവവചനം.

logic-തർക്കശാസ്ത്രം, പ്രതിപാദനരീതിയുടെ ശാസ്ത്രം, യുക്തി.

macro- സ്ഥൂല, ബൃഹത്ത്.

mass media-ബഹുജനമാധ്യമങ്ങൾ.

matter-പദാർഥം, ദ്രവ്യം, വസ്തു.

materialism-ഭൗതികവാദം, ഭൗതികപ്രപഞ്ചമാണ് പ്രാഥമികസത്യമെന്നും

ആത്മാവ്-ബോധം-ചിന്ത-മനസ്സ് - ഇവ ദ്വിതീയമാണെന്നും വാദിക്കുന്ന ദാർശനിക സിദ്ധാന്തങ്ങൾക്കുള്ള പൊതുവായ പേര്.

means-മാർഗം.

means of valid cognition/knowledge-പ്രമാണം.

mechanicism-യാന്ത്രികവാദം, പദാർഥത്തിന്റെ ചലനം യാന്ത്രികരൂപത്തിലുള്ളതാണെന്ന സിദ്ധാന്തം.

mechanism-യന്ത്രസംവിധാനം, സംവിധാനം.

mediate inference-പരാർഥാനുമാനം.

medieval philosophy-മധ്യകാലീനതത്വശാസ്ത്രം.

meditation-ധ്യാനം, ഒന്നിനെക്കുറിച്ചുതന്നെ നിരന്തരം ചിന്തിക്കൽ.

memory-സ്മൃതി.

memory platform-സ്മൃതിവേദി, സ്മൃതിപ്രതലം.

metalanguage- അതിഭാഷ.

metaphysics- അതിഭൗതികവാദം, അധ്യാത്മവാദം, അസ്തിത്വത്തിന്റെ തത്വങ്ങൾ ഇന്ദ്രിയാനുഭവങ്ങൾക്ക് അതീതമാണെന്ന് കരുതുന്ന ദാർശനികസിദ്ധാന്തം, തത്വശാസ്ത്രത്തിന്റെ പര്യായപദമായി ഇത് ഉപയോഗിക്കാറുണ്ട് .

metaphysics-കേവലവാദം, വൈരുധ്യവാദത്തിനു വിപരീതമായ ദാർശനികരീതി.

metaphysics-സത്താശാസ്ത്രം, സത്താമീമാംസ, അസ്തിത്വത്തെക്കുറിച്ചു പ്രതിപാദിക്കുന്ന ദർശനത്തിന്റെ ഭാഗം.

method-രീതി.

methodology-രീതിശാസ്ത്രം.

micro- സൂക്ഷ്മ.

minority group-ന്യൂനപക്ഷവിഭഗം.

modernism-ആധുനികതാവാദം.

monarchy-ഏകാധിപത്യം, രാജവാഴ്ച.

monism-അദ്വൈതവാദം, പ്രപഞ്ചത്തിലെ നാനാത്വത്തിന്റെ അടിസ്ഥാനം ഒരൊറ്റ തത്വമാണെന്നു കരുതുന്ന വീക്ഷണഗതി.

monotheism-ഏകദൈവവാദം.

morality-സദാചാരപരത.

morals-സദാചാരം.

morpheme-രൂപിമം.

motion-ചലനം.

multi-culturalism-സാംസ്കാരിക ബഹുസ്വരതാവാദം.

mysticism-ഗൂഢാത്മവാദം.

naive or spontaneous materialism-സ്വാഭാവികഭൗതികവാദം, ഭൗതിക വാദത്തിന്റെ ഏറ്റവും പ്രാചീനമായ രൂപം.

narration-ആഖ്യാനം.

nationalism-ദേശീയവാദം.

national integration-ദേശീയോദ്ഗ്രഥനം.

naturalism-സ്വഭാവവാദം.

nature-പ്രകൃതി, സ്വഭാവം, സ്വരൂപം.

necessity- അനിവാര്യത.

negation-നിഷേധം, അഭാവം.

negativism-നിഷേധവാദം.

neo-നവ.

nominalism- നാമമാത്രവാദം.

non-anthropocentrism-നരവംശേതര കേന്ദ്രീകൃതവാദം.

non-existence-അഭാവം.

non-violence- അഹിംസ.

object-വസ്തു. ഭൗതികപദാർഥം, പാത്രം, കർമം.

objective-വസ്തുനിഷ്ഠം.

object language-വസ്തുഭാഷ.

object of cognition-പ്രമേയം.

observation- നിരീക്ഷണം.

obversion- പ്രത്യായനം, മറുയുക്തി.

occultism- ഗൂഢവാദം.

omen- ശകുനം.

omnipotent- സർവശക്തം.

omnipresent- സർവവ്യാപി.

omniscient- സർവജ്ഞം.

ontology- സത്താശാസ്ത്രം.

optimism-ശുഭാപ്തിവിശ്വാസം.

orthodox system-ആസ്തികവാദം.

outlook-വീക്ഷണം.

pantheism-സർവേശ്വരവാദം, വിശ്വദേവതാവാദം.

parameter- അതിർവരമ്പ്.

parole- ഭാഷണപ്രക്രിയ.

part and whole-വ്യഷ്ടിയും സമഷ്ടിയും, ഒറ്റയൊറ്റ വസ്തുവും വസ്തുക്കളുടെ സാകല്യവും.

participation-ഭാഗഭാഗിത്വം.

particular-വിശേഷം.

parsimony-ലാഘവം.

partisanship- കക്ഷിപരത, പക്ഷപാതം.

perception-പ്രത്യക്ഷം.

permanence-സ്ഥിരത.

perspective-വീക്ഷണം, കാഴ്ചപ്പാട്.

pervasive-വ്യാപകം.

pessimism- അശുഭാപ്തിവിശ്വാസം.

phenomenology-പ്രതിഭാസവാദം.

phenomenon-പ്രതിഭാസം.

phoneme-സ്വനിമം.

phonology-സ്വനവിജ്ഞാനം.

political philosophy-രാഷ്ട്രീയതത്വശാസ്ത്രം.

politics-രാഷ്ട്രതന്ത്രം, രാഷ്ട്രമീമാംസ.

pluralism-ബഹുത്വവാദം, പ്രപഞ്ചത്തിന്റെ അടിസ്ഥാനം പല തത്വങ്ങളാണ് എന്നു കരുതുന്ന വീക്ഷണഗതി.

poetics-കാവ്യശാസ്ത്രം, കാവ്യമീമാംസ.

polytheism-ബഹുദൈവവാദം.

positivism-സാധ്യവാദം, പ്രമാണംകൊണ്ടു സാധിക്കാവുന്നതു മാത്രം സത്യമെന്നു വാദിക്കുന്ന സമീപനം.

post-modernism-ഉത്തരാധുനികതാവാദം.

post-structuralism-ഉത്തരഘടനാവാദം.

postulate-സങ്കൽപ്പനം, പ്രസ്താവം.

potentiality-സാധ്യത, ക്ഷമത.

practice-പ്രയോഗം, പ്രയുക്തി, പ്രവൃത്തി.

pragmatism-പ്രായോഗികതാവാദം, പ്രായോഗികതയാണ് സത്യത്തിന്റെ അടിസ്ഥാനം എന്ന വാദം.

pre-പ്രാക്.

pre-history-പ്രാക് ചരിത്രം.

privatisation-സ്വകാര്യവൽക്കരണം.

probandum-സാധ്യം.

probans-ഹേതു, കാരണം.

problem-പ്രശ്നം.

process-പ്രക്രിയ.

proof-ഹേതു, ലിംഗം, തെളിവ്.

property-ഗുണധർമ്മം, ഒരു വസ്തുവിന്റെ സ്വത്വം നിർണയിക്കുന്ന ധർമ്മം.

proportion-അനുപാതം.

proposition-പ്രതിജ്ഞ.

proto-പ്രാക്, പൂർവ, മൂല.

proto history-പ്രാക് ചരിത്രം.

quality-ഗുണം, ഒരു വസ്തുവിനെ മറ്റു വസ്തുക്കളിൽനിന്നു വേർതിരിച്ചു കാണിക്കുന്ന സവിശേഷസ്വഭാവം.

quantity-പരിമാണം, അളവ്, ഒരു വസ്തുവിന്റെ വലിപ്പം, എണ്ണം.

quibble-ഛലം.

rationalism-യുക്തിവാദം.

reading-പാഠം.

realism-യാഥാർഥ്യവാദം.

reality-സത്യം, യാഥാർഥ്യം.

reason-യുക്തി, കാരണം, ന്യായം.

recognition-അംഗീകാരം.

reconciliation-അനുരഞ്ജനം.

reflection-പ്രതിഫലനം.

reformation-(യൂറോപ്പിലെ കത്തോലിക്കാസഭയിൽ പതിനാറാം നൂറ്റാണ്ടിൽ നടന്ന) മതപരിഷ്കരണം.

relativism-ആപേക്ഷികതാവാദം.

religion-മതം.

renaissance-നവോത്ഥാനം.

representation-പ്രതിനിധാനം.

revolution-വിപ്ലവം.

right-അവകാശം.

romantic-കാൽപ്പനികം.

satire-ആക്ഷേപഹാസ്യം.

scholasticism-പാണ്ഡിത്യവാദം.

sculpture- ശിൽപ്പകല.

secularism-മതനിരപേക്ഷത.

self-ആത്മാവ്, സ്വത്വം.

sensation-സംവേദനം, മനുഷ്യൻ ലോകത്തെ അറിയുന്നതിന്റെ പ്രാരംഭ ബിന്ദു.

sensationalism-ഉദ്വേകജനകതാമനോഭാവം.

sentiment-രസം, വികാരം.

sermon-പ്രബോധനം.

sign-ചിഹ്നം.

0signified-ചിഹ്നിതം.

signifier-ചിഹ്നകം.

skepticism-സന്ദേഹവാദം, അറിവിന്റെ ആധികാരികതയെ സംശയദൃഷ്ട്യാ കാണുന്ന സമീപനം.

slave-അടിമ.

slavery-അടിമത്തം.

social philosophy-സാമൂഹികതത്വശാസ്ത്രം.

social responsibility-സാമൂഹിക ഉത്തരവാദിത്വം.

sociology-സാമൂഹികശാസ്ത്രം.

sophistry-കുതർക്കം തർക്കാഭാസം.

space-ദിക്ക്, സ്ഥലം.

space and time-സ്ഥലവും കാലവും.

speculation-അഭ്യൂഹം.

spiritualisation-അധ്യാത്മവൽക്കരണം.

stage-ദശ, അവസ്ഥ.

state-രാഷ്ട്രം, ഭരണകൂടം.

stream of consciousness-ബോധധാര.

structuralism-ഘടനാവാദം.

structural linguistics-ഘടനാത്മക ഭാഷാശാസ്ത്രം.

structure-ഘടന, ഒരു വസ്തുവിന്റെ സമഗ്രത നിലനിർത്തുന്ന, അതിന്റെ പ്രധാനലക്ഷണങ്ങളുടെ സാകല്യം.

subject-വിഷയി, കർത്താവ്, പക്ഷം.

subjective-ആത്മനിഷ്ഠം, കർത്താവ് അഥവാ ചിന്തകനിൽ അഥവാ വിഷയിയിൽ മാത്രമുള്ളത്.

subjectivism-ആത്മനിഷ്ഠവാദം, യാഥാർഥ്യത്തിന്റെ ആത്മനിഷ്ഠതയിൽ ഊന്നിനിൽക്കുന്ന ലോകവീക്ഷണം.

subjectivity-ആത്മനിഷ്ഠത.

sublime- ഉദാത്തം.

substance-ദ്രവ്യം, വസ്തു.

substratum-അധിഷ്ഠാനം, ആധാരം.

suggestion-വ്യഞ്ജന.

superimposition-അധ്യാരോപം.

surface structure-ബാഹ്യഘടന.

surplus value-മിച്ചമൂല്യം.

syllogism-ന്യായം, ന്യായവാക്യം.

symbiosis-യോഗജീവനം.

symbol-ബിംബം, പ്രതീകം.

symbolic- പ്രതീകാത്മകം.

symbolism-ബിംബവാദം, പ്രതീകവാദം.

symmetry-അംഗപ്പൊരുത്തം.

synchronic-സമകാലീനം.

syntax-വാക്യഘടനാവിജ്ഞാനീയം.

synthesis-ഉദ്ഗ്രഥനം, അംശങ്ങളെ അഥവാ ഘടകങ്ങളെ സമന്വയിപ്പിക്കൽ.

synthetic philosophy-ഉദ്ഗ്രഥനാത്മക തത്വശാസ്ത്രം.

system-വ്യവസ്ഥ അഥവാ സംഹിത.

systemic approach-വ്യവസ്ഥാപരസമീപനം, വസ്തുക്കളെ വ്യവസ്ഥകളെന്ന നിലയ്ക്ക് പരിശോധിക്കുന്ന രീതി.

taste-അഭിരുചി.

tautology-പുനരുക്തി, പൗനരുക്ത്യം.

technical term-സാങ്കേതികപ്രയോഗം, സാങ്കേതികപദം.

technology- സാങ്കേതികവിദ്യ.

teleology-പരമലക്ഷ്യസിദ്ധാന്തം, പുരുഷാർഥസിദ്ധാന്തം.

text-പാഠ്യം.

theism-ഈശ്വരവാദം, ദൈവവാദം.

theology-ദൈവശാസ്ത്രം.

theory-സിദ്ധാന്തം, ഏതെങ്കിലും വിജ്ഞാനശാഖയിലെ മൗലികാശയങ്ങളുടെ സംഹിത.

theory of knowledge-epistemology നോക്കുക.

the theory-സകല സൈദ്ധാന്തികപഠനങ്ങളുടെയും അടിസ്ഥാനസിദ്ധാന്തം.

thesis-വിഷയം, ഒരു ചർച്ചയിൽ അഥവാ വിചിന്തനത്തിൽ ആദ്യം മുന്നോട്ടുവയ്ക്കുന്ന പ്രമേയം, പാശ്ചാത്യരീതിയിൽ തീസിസ്, ആന്റിതീസിസ്, സിന്തസിസ് എന്നു മൂന്നു ഘട്ടങ്ങളാണ് അതിനുള്ളത്. ഭാരതീയരീതിയിൽ വിഷയം, സംശയം, പൂർവപക്ഷം, സിദ്ധാന്തം, സംഗതി എന്ന് അഞ്ചു ഘട്ടങ്ങൾ.

tolerance-സഹിഷ്ണുത.

totem-ഗോത്രചിഹ്നം.

trade-വ്യാപാരം.

traditionalism-പാരമ്പര്യവാദം.

transcendental-അതീന്ദ്രിയം, ഇന്ദ്രിയാതീതം.

transformational-രചനാന്തരണാത്മകം.

truth-സത്യം, വാസ്തവം.

type-ഗണമാതൃക.

universality-സാർവലൗകികത, സാർവത്രികത.

universals-സാർവലൗകികങ്ങൾ, സാർവത്രികങ്ങൾ.

universe-പ്രപഞ്ചം, നമുക്കു ചുറ്റും കാണുന്ന അനന്തമായ ലോകം.

utilitarianism-ഉപയോഗിതാവാദം, പ്രയോജനവാദം, ഉപയോഗം അഥവാ പ്രയോജനമാണു പരമപ്രധാനമെന്ന വാദം.

validity-പ്രാമാണ്യം.

value-മൂല്യം.

verbal testimony-ശബ്ദപ്രമാണം.

violence-ഹിംസ. അക്രമം.

virtue-മേന്മ, നന്മ.

voluntarism-ഇച്ഛാവാദം, ഇച്ഛയ്ക്ക് അങ്ങേയറ്റത്തെ പ്രാധാന്യം നൽകുന്ന സമീപനം.

welfare-ക്ഷേമം.

weltanschaung (German)-വെൽറ്റൻഷൗങ്-പ്രപഞ്ചവീക്ഷണം.

will-ഇച്ഛ, ഇച്ഛാശക്തി.

work of art- കലാസൃഷ്ടി.

world view-ലോകവീക്ഷണം.

wrangling-ജൽപ്പനം.